ഡോ. ആനന്ദലക്ഷ്മി കെ. എൻ.

തിരുവനന്തപുരം ആയുർവേദ കോളേജിൽ ക്രിയാശാരീരം വിഭാഗത്തിലെ പ്രൊഫസ്സറും വകുപ്പ് മേധാവിയുമായി പ്രവർത്തിക്കുന്നു. 2002 ൽ സർവ്വീസിൽ പ്രവേശിച്ച ഡോ. ആനന്ദലക്ഷ്മി ദേശീയ അന്തർദേശീയ index journelകളിൽ എട്ടോളം പേപ്പറുകൾ പ്രസിദ്ധീകരിച്ചിട്ടുണ്ട്. നിരവധി സെമിനാറുകളിലായി അൻപത്തെട്ടോളം പ്രബന്ധങ്ങൾ അവതരിപ്പിച്ചിട്ടുണ്ട്. 2010 ൽ Frequently asked questions in Kriya sareera എന്ന പുസ്തകം പ്രസിദ്ധീകരിച്ചു. യൂണിവേഴ്സിറ്റി അംഗീകൃത ഗൈഡ് ആയി പ്രവർത്തിക്കുന്ന ഡോ. ആനന്ദലക്ഷ്മി യൂണിവേഴ്സിറ്റി ബോർഡ് അംഗം, യൂണിവേഴ്സിറ്റി കൗൺസിൽ അംഗം എന്നീ പദവികൾ കൂടി വഹിക്കുന്നുണ്ട്.

ശ്രീമതി നിർമ്മല കൃഷ്ണന്റേയും പരേതനായ ശ്രീ ആർ. കൃഷ്ണൻനായരുടേയും മകളാണ് ഡോ. ആനന്ദലക്ഷ്മി.

ഭർത്താവ് : WCPL ൽ MD ആയ ശ്രീ. ദിനേശ് കെ. മേനോൻ

മകൾ : ഭാഗ്യശ്രീ, മരുമകൻ : ശരത് മുരളി

മേൽവിലാസം : നിർമ്മൽ, E-24, ശാസ്തിനഗർ, കരമന, തിരുവനന്തപുരം

Malayalam Language
Karkkadaka Chikitsa
(Healthcare)
by
Dr. Anandalakshmi K.N.

♦

Published in November 2021
by Kairali Books Private Limited
Thalikkavu Road, Kannur-670 001
Ph : 0497-2761200
E-Mail : kairalibooksknr@gmail.com

♦

Cover Design :
Prasanth Mangad

57/21-22/Sl.No.1248/500/NS 18.6
ISBN 978-81-950565-3-8

കർക്കടകചികിത്സ

ഡോ. ആനന്ദലക്ഷ്മി കെ. എൻ.

കൈരളി ബുക്സ്

ഉള്ളടക്കം

ആമുഖം

എന്റെ 17 വർഷത്തെ ഔദ്യോഗിക ജീവിതത്തിൽ ഞാൻ തിരുവനന്തപുരം ആയുർവേദ കോളേജിലും, കണ്ണൂർ ആയുർവേദ കോളേജിലുമായി ആണ് ജോലി ചെയ്തിട്ടുള്ളത്. യാത്ര വേളകളിൽ ആളുകളെ പരിചയപ്പെടുമ്പോൾ ആയുർവേദ ഡോക്ടർ ആണ് എന്ന് പറയുമ്പോൾ ഒട്ടേറെ പേർ എന്നോട് കർക്കടക ചികിത്സയെ പറ്റി ചോദിക്കും. എങ്ങനെയാണ് ചികിത്സയ്ക്ക് വിധേയമാകുക, ആരാണ് ചികിത്സ ചെയ്യേണ്ടവർ, കർക്കടക കഞ്ഞി തയ്യാറാക്കുന്നതെങ്ങനെ എന്നിങ്ങനെ നിരവധി സംശയങ്ങൾ ചോദിക്കാറുണ്ട്. കേരളത്തിന്റെ ഒരു പബ്ലിക്കേഷൻ വകുപ്പ് ഈ ആശയം മുൻപിൽ വച്ച് ഒരു പുസ്തകം തയ്യാറാക്കുമോ എന്ന് കൂടി ചോദിച്ചപ്പോൾ മലയാള ഭാഷയിൽ അധികം എഴുതിയിട്ടില്ലാത്ത ഞാൻ അങ്ങനെ ഒരു ഉദ്യമത്തിന് പുറപ്പെട്ടു. 2015-ലാണ് എഴുതി തുടങ്ങിയത്. ഏകദേശം 2016-ൽ എഴുതി പൂർത്തിയാക്കി. എങ്കിലും പല കാരണങ്ങൾ കൊണ്ട് പ്രസിദ്ധീകരിക്കാൻ കഴിഞ്ഞില്ല. തീർത്തും മുഴുമിപ്പിക്കാൻ കഴിഞ്ഞില്ല എന്ന് പറയുന്നതാകാം കൂടുതൽ ശരി. പിന്നേയും കണ്ണൂരിലേക്ക് ട്രാൻസ്ഫർ ആകുകയും Ph.D ചെയ്യുന്ന തിരക്കിൽ മുങ്ങിയപ്പോൾ പുസ്തകം ഏകദേശം വിസ്മൃതിയിലായി. കണ്ണൂരിൽ എന്റെ ഗുരുനാഥനും ഞാൻ ഏറെ ബഹുമാനിക്കുന്നതുമായ ഡോ. മുരളി സർ (കായചികിത്സ പ്രൊഫസർ) എന്നോട് കോളേജിന്റെ ഇടനാഴികളിൽ വച്ച് കാണുമ്പോഴൊക്കെ ഏതെങ്കിലും വിഷയത്തിൽ ഒരു പുസ്തകം എഴുതി പ്രസിദ്ധീകരിക്കൂ എന്ന് സ്നേഹപൂർവ്വം നിർബന്ധിക്കാറുണ്ട്. സാറിനെപോലെ അറിവുള്ള ഒരു വ്യക്തി നമ്മളോടൊക്കെ എഴുതാൻ പറയുമ്പോഴൊക്കെ മുക്കാൽ ഭാഗത്തോളം എഴുതി നിറുത്തിയ കർക്കടക ചികിത്സ എന്ന പുസ്തകത്തെ കുറിച്ച് ഞാൻ ഓർക്കും. അങ്ങനെ 2019-ൽ രചനശാരീരം എന്ന ഡിപ്പാർട്ട്മെന്റ് എന്നെ 'Art of Writing a book' എന്ന വിഷയത്തിൽ പേപ്പർ അവതരിപ്പിക്കാൻ ക്ഷണിച്ചു. 2012-ൽ ഞാൻ പഠിപ്പിക്കുന്ന വിഷയത്തിൽ ഒരു പുസ്തകം പ്രസിദ്ധീകരിച്ചതിന്റെ അടിസ്ഥാനത്തിലായിരുന്നു പേപ്പർ അവതരിപ്പിക്കാൻ ക്ഷണം ലഭിച്ചത്. പേപ്പറിന് വേണ്ടി സ്ലൈഡ് പ്രിപെയർ ചെയ്യുമ്പോൾ

പ്രസിദ്ധീകരിക്കുന്നതിന് ഏറ്റവും തടസ്സം അറിവോ ബുദ്ധിയോ അല്ല മറിച്ച് ആലസ്യം ആണെന്ന് ഞാൻ തിരിച്ചറിഞ്ഞു. 90% പൂർത്തിയായ പുസ്തകം പൊടിതട്ടിയെടുത്തു. എന്റെ കൂട്ടുകാരായ ഡോ. മധു പി.എം., ഡോ. അജ്ഞലി എന്നിവർ വായിച്ച് പറഞ്ഞ അഭിപ്രായങ്ങൾ കൂട്ടിചേർത്ത് ഒന്നുകൂടി പുസ്തകത്തിന്റെ പണിയിൽ ഏർപ്പെട്ടു. എന്റെ Ph.D ഗൈഡു കളായ ഡോ. ഷാജഹാൻ സാർ (റിട്ടയേർഡ് പ്രൊഫസ്സർ, ദ്രവ്യഗുണം), ഡോ. ശ്രീകുമാർ സാർ (പ്രൊഫസ്സർ, ശല്യതന്ത്ര വിഭാഗം) എന്നിവരുടെ പ്രോത്സാഹനം നന്ദിയോടെ സ്മരിക്കുന്നു. പുസ്തകം എഴുതാൻ എന്നെ പ്രോത്സാഹിപ്പിച്ച മുരളിസാർ തന്നെ പുസ്തകത്തിന് അവതാരിക എഴുതിതരാം എന്ന് സമ്മതിച്ചതിന് സാറിനോട് പ്രത്യേകം നന്ദി രേഖപ്പെടുത്തികൊള്ളുന്നു. പുസ്തകത്തിന്റെ തയ്യാറെടുപ്പിന് സഹായിച്ച ഡോ. ഉമ, ഡോ. അശ്വതി. വി., ഡോ. രശ്മി, ഡോ. ആര്യ എന്നിവർക്കും നന്ദിരേഖപ്പെടുത്തുന്നു. കുടുംബത്തിൽ നിന്ന് ലഭിച്ച സ്നേഹവും പ്രോത്സാഹനവും നന്ദിയോടെ സ്മരിക്കുന്നു.

കർക്കടകത്തിന്റെ ശാസ്ത്രം

ഡോ. കെ. മുരളി

(മെഡിക്കൽ സൂപ്രണ്ട്, ഗവ. ആയുർവേദ കോളേജ് ആശുപത്രി ധന്വന്തരി നഗർ, തൃപ്പൂണിത്തുറ)

കൊല്ലവർഷത്തിലെ ഒടുവിലത്തെ മാസമായ കർക്കടകം പല കാരണങ്ങൾകൊണ്ടും ശ്രദ്ധ അർഹിക്കുന്നു. ഇടവത്തിന്റെ പകുതിയിൽ തുടങ്ങിയ മഴ, ശക്തിയൊന്ന് കുറഞ്ഞ്, പ്രതീക്ഷിക്കാനാവാത്ത രീതിയിൽ പെയ്യുന്ന (കള്ളക്കർക്കടകം) കാലമാണിത്. കാർഷികവൃത്തികൾ കുറഞ്ഞ ഈ സമയം പഞ്ഞമാസവുമായി. ഈ സാമൂഹികസാഹചര്യത്തിൽ ഉരുത്തിരിഞ്ഞ ഒന്നാണ് കർക്കിടക ചികിത്സ എന്നത്. സാധനങ്ങളെല്ലാം ഇടയ്ക്ക് സർവീസ് ചെയ്തെടുക്കില്ലെ? അതുപോലെ ശരീരത്തേയും ഒന്ന് മെരുക്കി വഴക്കി എടുക്കുന്ന രീതിയാണിത്. അന്നത്തേക്കാളേറെ തിരക്ക് പിടിച്ച ജീവിതമാണിന്ന്. ശരീരത്തെ ഓർക്കാൻ എവിടെ നേരം? രോഗമെന്തായാലും വരുമ്പോഴാണ് തനിക്ക് ഒരു ശരീരമുള്ളതായി പലരും ഓർക്കുന്നത്.

ആരോഗ്യം നിലനിർത്തണമെങ്കിൽ ശരീരത്തെപ്പറ്റിയുള്ള ഓർമ്മ (ശരീരചിന്ത) വേണം. കരുതൽ എന്നു പറയാം. ഇതിനുവേണ്ടിയൊരു സന്ദർഭം പഴമക്കാർ ഒരുക്കിയതിനെയാണ് കർക്കിടക ചികിത്സ എന്ന് പറയുന്നത്. ഈ നാട്ടുവഴക്കത്തെ ശാസ്ത്രത്തിന്റെ പശ്ചാത്തലത്തിൽ വിലയിരുത്തുമ്പോഴാണ് അതിന് യുക്തിയും വ്യക്തിയും വരുന്നത്. അതിനുള്ള ഡോ. ആനന്ദലക്ഷ്മിയുടെ ശ്രമമാണ്, ഈ പുസ്തകം.

ഇപ്പോൾ തിരുവനന്തപുരം ഗവണ്മെന്റ് ആയുർവേദ കോളേജിൽ ക്രിയാശരീരവിഭാഗം (Physiology) പ്രൊഫസറായ ഡോ. ആനന്ദലക്ഷ്മി മികച്ച അധ്യാപിക മാത്രമല്ല ഗവേഷകയും സംഘാടകയുമാണ്. ആയുർവേദത്തിൽ ഗവേഷണബിരുദം നേടുന്നതിന്റെ തിരക്കുകൾക്കിടയിലും ഇങ്ങിനെയൊരു പുസ്തകം എഴുതി തീർന്നതിന്റെ പിറകിലുള്ള മനോഭാവം ആമുഖത്തിൽ സൂചിപ്പിക്കുന്നുണ്ട്. **ആലസ്യം ഹി മനുഷ്യാണാം ശരീരസ്ഥോ മഹാരിപുഃ** എന്നൊരു തിരിച്ചറിവിനും ഈ

രചന വഴി തെളിച്ചതും എല്ലാവർക്കും ഒരു പാഠമാണ്.

വളരെ ക്രമബദ്ധമായ രീതിയിലാണ് പുസ്തകത്തിന്റെ അവതരണം. ആയുർവേദത്തിന്റെ അടിസ്ഥാനതത്വങ്ങളെത്തന്നെ ആദ്യം പരിചയപ്പെടുത്തുന്നു. ശരീരത്തേയും അതിലുണ്ടാവുന്ന അവസ്ഥാവിശേഷങ്ങളേയും വൈദ്യശാസ്ത്രം വ്യാഖ്യാനിക്കുന്നത് ത്രിദോഷസിദ്ധാന്തത്തിലൂടെയാണ്. ശരീരത്തിലെ അവയവങ്ങളേയും അവയുടെ പ്രവർത്തനങ്ങളേയുംപോലും ഈ സിദ്ധാന്തംകൊണ്ട് ഏകോപിതമായി സമീപിക്കാം. ദോഷസിദ്ധാന്തത്തെ കാലാനുസൃതമായി വിവരിച്ചുകൊണ്ട് അനുഭവവേദ്യമാക്കുന്നുണ്ട് ലേഖിക. ആധുനികശാസ്ത്രവുമായി താരതമ്യപ്പെടുത്താൻ ശ്രമിക്കുന്നത് പൂർണതയുള്ള ഒന്നല്ലെങ്കിലും വിഷയത്തെ മനസ്സിലാക്കുന്നതിന് സഹായകമാകും. ലളിതമായ ഉദാഹരണങ്ങളും സംവേദനക്ഷമമാണ്. ഈ അധ്യായം പുസ്തകത്തിന് നല്ലൊരു പ്രവേശികയായി.

കാലം എന്ന വാക്ക് വൈദ്യശാസ്ത്രത്തിൽ പല അർത്ഥങ്ങളിലാണ്, പ്രയോഗിക്കപ്പെട്ടിരിക്കുന്നത്. ഈ സന്ദർഭത്തിൽ കാലാവസ്ഥ അല്ലെങ്കിൽ ഋതു എന്ന താല്പര്യത്തിലാണ്, ഉപയോഗം. അതാത് ദേശത്ത് പ്രകൃതിയിൽ കാണുന്ന പ്രത്യേകതകളെ മാറ്റങ്ങളെ ക്രോഡീകരിച്ച് നിജപ്പെടുത്തിയതാണ്, അതാതിവിടത്തെ ഋതുക്കൾ. ഇവ ശരീരത്തെ സ്വാധീനിക്കുന്നുണ്ടെന്നത് അനുഭവമാണ്. വൈദ്യം അതിനേയും ദോഷസിദ്ധാന്തത്തിലൂടെ വിശദീകരിക്കുന്നു. കാലാവസ്ഥകൊണ്ട് ശരീരത്തിന് വരുന്ന മാറ്റങ്ങൾ ചിലപ്പോൾ രോഗംതന്നെയായി മാറാം. ഇതിനെ മുൻകൂട്ടിക്കണ്ട് ജീവിതരീതിയിൽ മാറ്റങ്ങൾ വരുത്തിയാൽ രോഗങ്ങളെ ഒഴിവക്കാം. ഈ ജീവിതചര്യയെ ആണ്, ഋതുചര്യ എന്ന് വിളിക്കുന്നത്. ഇന്ത്യയിലെയും കേരളത്തിലെയും ഋതുക്കൾ ഏതേതു മാസങ്ങളിൽ വരുന്നുവെന്നും അത് ശരീരത്തെ എങ്ങിനെ ബാധിക്കുന്നു എന്നും രണ്ടാമധ്യായത്തിൽ ലേഖിക ചർച്ച ചെയ്യുന്നുണ്ട്. **പരിസ്ഥിതിമലിനീകരണ**മെന്ന ഭാഗത്ത് ഈ വിഷയത്തെപ്പറ്റിയും എഴുതുന്നു. കാലാവസ്ഥക്ക് പുറമെ അന്തരീക്ഷം, മനുഷ്യൻ വികൃതമാക്കിയ അന്തരീക്ഷം, തിരിച്ച് നമ്മേയും എന്ത് ചെയ്യുന്നു എന്ന് ഇവിടെ വായിക്കാം. ഇത് കുറച്ചുകൂടി വിപുലപ്പെടുത്താമായിരുന്നു എന്നു തോന്നി.

ഓക്സ്ഫോർഡ് നിഘണ്ടുവിലേക്കും ചെന്നു കേറിയ വാക്കാണല്ലോ പഞ്ചകർമ്മം. എന്നാൽ പൊതുസമൂഹത്തിന് ഇതേക്കുറിച്ചുള്ള ധാരണ പരിമിതമാണ്. ഇത് പല സ്ഥാപനങ്ങളും മുതലെടുക്കുകയും ചെയ്യു

ന്നുണ്ട്. ഇക്കാര്യത്തിൽ ജനങ്ങൾക്ക് ഒരു ദിശാബോധം നൽകാൻ ഉതകുന്നതാണ്, ഡോ. ആനന്ദലക്ഷ്മിയുടെ വിവരണം. കർക്കടകചികിത്സക്ക് അത് തികച്ചുമൊരു പശ്ചാത്തലം കൂടിയായി.

കഞ്ഞിയുടെ പേരിലാണല്ലോ കർക്കടമാസം അറിയപ്പെടുന്നത്. കഞ്ഞിക്കിറ്റുകൾകൊണ്ട് വിപണണികൾ നിറയുന്ന കാലം. എന്താണതിന്റെ ശാസ്ത്രീയത? കൃത്യമായ നിർദ്ദേശങ്ങളെന്ത്? ഇതൊന്നും ആരും തിരക്കുന്നില്ല. കഞ്ഞിയുടെ ഗുണമഹിമകൾ നിരത്തുന്ന ലേഖനങ്ങൾ മാധ്യമങ്ങളിൽ കുമിഞ്ഞുകൂടുന്നു. എല്ലാവർക്കും ഒരേ തരം കഞ്ഞികൾ മതിയോ? ഇതിനെല്ലാം ഉത്തരം നൽകുന്ന അധ്യായമാണ്, **കർക്കിടകക്കഞ്ഞികൾ**. ഈ പുസ്തകത്തിന്റെ മർമ്മപ്രധാനമായ ഭാഗം ഇതാണ്. ആർക്കും വീട്ടിലുണ്ടാക്കാവുന്ന കഞ്ഞികളുടെ നിർമ്മാണവിധികൾ ഇതിൽ വായിക്കാം.

കർക്കടമാസചര്യകളെ ആനുകാലികമാക്കാനുള്ള ശ്രമങ്ങളാണ്, അടുത്ത രണ്ടധ്യായങ്ങളിൽ. മരുന്നുകഞ്ഞിയും കുടിച്ച് എന്തു ചെയ്ത് നടക്കാമെന്ന ധാരണ വേണ്ട. മറ്റു സമയങ്ങളിലെ ആഹാരവും പ്രധാനമാണ്. ഇക്കാര്യങ്ങൾ **കർക്കടകമാസത്തിൽ ശീലിക്കേണ്ട മറ്റു ചര്യകൾ** വിവരിക്കുന്നു. കഞ്ഞിയടക്കമുള്ള മരുന്നുകൾ ശരീരത്തിനകത്തുള്ള സാഹചര്യത്തെ ആരോഗ്യത്തിനനുകൂലമാക്കുന്നു. പക്ഷെ പുറത്തെ പരിസരങ്ങളോ? അവ രോഗങ്ങളുണ്ടാക്കുന്നതായാലോ? കൊതുക്, പരിസരമാലിന്യം തുടങ്ങിയവയ്ക്ക് പരിഹാരങ്ങളും നമ്മുക്ക് ഇവിടെനിന്ന് അറിയാം. പകർച്ചപ്പനികളും ഈ കാലഘട്ടത്തിൽ പതിവുള്ള അതിഥികളാണ്. ഇവയെ അറിയുക പ്രതിരോധത്തിനും ചികിത്സയ്ക്കും ഏറ്റവും അത്യാവശ്യമാണ്.

പുസ്തകത്തിൽ പരാമൃഷ്ടമായ ഔഷധസസ്യങ്ങളുടെ ശാസ്ത്രീയനാമങ്ങൾ അനുബന്ധമായി നൽകിയിട്ടുള്ളത് അവ തിരിച്ചറിയുന്നതിന് സഹായകമാകുന്നു.

കർക്കടമാസം ഇക്കാലത്ത് ഒരു ആയുർവേദപ്രചരണമാസമായിത്തന്നെ തീർന്നിട്ടുണ്ട്. സ്കൂളുകളിലും മറ്റും ഔഷധസസ്യങ്ങളെ പരിചയപ്പെടുത്തിയും ആരോഗ്യചര്യകളെ മുൻനിർത്തിയും പരിപാടികൾ നടന്നുവരുന്നു. ആ സന്ദർഭത്തിൽ പ്രയോജനപ്പെടുത്താവുന്ന ഒരു പുസ്തകമാണിത്. ചികിത്സകർക്ക് ക്ലാസ്സുകൾ നടത്താനുള്ള കൈപ്പുസ്തകമാക്കാം, ഇത്. ജിജ്ഞാസുക്കളായ പൊതുജനങ്ങൾക്കും ഇതൊരു പാഠപുസ്തകമാണ്.

ഡോ. ആനന്ദലക്ഷ്മി അധ്യാപികയെന്ന നിലയിലുള്ള തന്റെ സാമൂഹികമായ കർത്തവ്യത്തെക്കൂടി നിറവേറ്റുകയാണ് ഈ പുസ്തകത്തിലൂടെ. ഭാഷ ലളിതമാണ്. അധ്യായങ്ങൾ അനുക്രമവും. ഈ പുസ്തകം ബന്ധപ്പെട്ടവർക്കെല്ലാം പ്രയോജനപ്രദമാകും, ആകട്ടെ എന്നാംശംസിക്കുന്നു. ഡോ. ആനന്ദലക്ഷ്മി ഇനിയും എഴുതട്ടെ.

ആയുർവേദത്തിന്റെ അടിസ്ഥാന തത്വങ്ങൾ

ആയുസ്സിന്റെ വേദമാണ് ആയുർവേദം. ആയുസ്സിനെ സമഗ്രമായി കണ്ട് ശാസ്ത്രീയ രീതിയിൽ തയ്യാറാക്കിയ ശാസ്ത്രമാണ് ആയുർവേദം.

മനുഷ്യനെ ഒരു ശരീരമായി മാത്രം കാണാതെ ആത്മാവ്, മനസ്സ് എന്നീ വസ്തുതകളെ കൂടി ഉൾക്കൊള്ളിച്ചു കാണുന്നു എന്നതാണ് ഈ ശാസ്ത്രത്തിന്റെ മേന്മ. ഒരു കുഞ്ഞ് പിറന്നു വീഴുന്നതു മുതൽ (പിന്നെ) വളർച്ചയുടെ ഓരോ ഘട്ടങ്ങളിലും സംഭവിക്കുന്ന ശാരീരിക മാറ്റങ്ങളും, അതാത് സമയങ്ങളിൽ അനുഷ്ഠിക്കേണ്ട ജീവിതചര്യകളും വളരെ കൃത്യമായും ശാസ്ത്രീയമായും വിശദീകരിച്ചിരിക്കുന്നതിനാലാണ് ആയുർവേദത്തെ ആയുസ്സിന്റെ വേദം എന്നുപറയുന്നത്.

ജീവിതചര്യ എന്നതുകൊണ്ട് ഒരാൾ രാവിലെ എത്രമണിക്കുണരണം, എങ്ങനെ പല്ല് തേയ്ക്കണം, എങ്ങനെ വ്യായാമം ചെയ്യണം തുടങ്ങിയ ചെറിയ കാര്യങ്ങൾക്ക് പോലും ശാസ്ത്രീയമായ വിശകലനം നൽകിക്കൊണ്ട് വിസ്തരിച്ച് ആയുർവ്വേദ ഗ്രന്ഥങ്ങളിൽ രേഖപ്പെടുത്തിയിട്ടുണ്ട്. ഇന്നത്തെ തിരക്കു പിടിച്ച ജീവിതശൈലിയും, ആകാംക്ഷയും ഉൽക്കണ്ഠയും നിറഞ്ഞ സാഹചര്യങ്ങളും മൂലം ഉണ്ടാകുന്ന 'ജീവിതശൈലീരോഗങ്ങളെ' ഈ ശാസ്ത്രീയമായ ജീവിത ശൈലി സ്വായത്തമാക്കിയാൽ ഒരു പരിധിവരെ ചെറുത്തു തോൽപ്പിക്കാവുന്നതാണ്.

പുതിയ പ്രതിഭാസമായ കാലാവസ്ഥ വ്യതിയാനവും മറ്റും ഉണ്ടാകുന്നതിന് കാരണം മനുഷ്യൻ പ്രകൃതിയുമായി അകലുന്നു എന്നതാണ്. അങ്ങനെ നോക്കിയാൽ പ്രകൃതിയുമായി ഏറ്റവും സമരസപ്പെട്ട് പ്രകൃതിയുടെ സസ്യസമ്പത്ത് ഉപയോഗിച്ച് മനുഷ്യശരീരത്തിന്റെ പ്രവർത്തനങ്ങളെ ആരോഗ്യകരമായി നിലനിർത്തുന്ന ഒരു ശാസ്ത്ര രീതിയാണ് ആയുർവ്വേദം എന്ന് മനസ്സിലാക്കാം.

ചരകസംഹിത, അഷ്ടാംഗഹൃദയം എന്നീ ശാസ്ത്രങ്ങളിൽ ആയുർവേ

ദത്തിന്റെ ഉൽപ്പത്തിയെക്കുറിച്ച് പരാമർശിച്ചിട്ടുണ്ട്. പരിണാമത്തിന്റെ ഘട്ട ങ്ങളിൽ പുതിയ അറിവുകൾ ചേർക്കപ്പെടുകയും പഴയതും കാലഹര ണപ്പെട്ടതു തുടച്ചു നീക്കപ്പെടുകയും ചെയ്തിരിക്കാം. സൂക്ഷ്മമായി ആയുർവ്വേദത്തിന്റെ ചികിത്സാരീതികൾ പരിശോധിച്ചാൽ, അസുഖ ങ്ങൾക്കുള്ള കാലോചിതമായ പരിഹാരം ശാസ്ത്രീയ മായ അടിസ്ഥാ നത്തിന് തയ്യാറാക്കിയതാണ് എന്ന് മനസ്സിലാക്കാം. സ്വസ്ഥവൃത്തം, ആതുരവൃത്തം എന്ന് ആയുർവേദം രണ്ട് ആയി വിഭജിക്കപ്പെട്ടിരിക്കു ന്നു. ആരോഗ്യം പരിപാലിച്ച് ബലം നിലനിർത്താൻ ഉള്ള നിർദ്ദേശങ്ങ ളാണ് സ്വസ്ഥവൃത്തത്തിലെങ്കിൽ രോഗം വന്നാൽ ചികിത്സിക്കുന്ന രീതി കളാണ് ആതുരവൃത്തത്തിലുള്ളത്.

ആയുർവേദശാസ്ത്രത്തിന്റെ കാഴ്ചപ്പാടിലുള്ള മനുഷ്യശരീരം

സ്ത്രീപുരുഷസംയോഗത്തിൽ ശുക്ലം അണ്ഡവുമായി യോജിച്ച് ഗർഭാ ശയത്തിൽ വളരുന്ന ഭ്രൂണത്തെ വെറും ഒരു ശരീരം മാത്രമായല്ല ശാസ്ത്രം കാണുന്നത്. ആത്മാവ്, മനസ്സ് എന്നിവ ആ കുഞ്ഞ് ശരീര ത്തിൽ വർത്തിക്കുന്നതിനാൽ ആയുർവ്വേദ ഗ്രന്ഥ കർത്താവായ സുശ്രു താചാര്യൻ ഗർഭിണിയെ ദ്വിഹൃദയ എന്ന് വിളിക്കുന്നു.

'ദ്വിഹൃദയ' എന്നാൽ 'രണ്ടു ഹൃദയമുള്ളവൾ' അതായത് അമ്മയു ടെയും കുഞ്ഞിന്റെയും ഹൃദയങ്ങൾ ഒരു ശരീരത്തിൽ വഹിക്കുന്നവൾ. ഇതിൽ നിന്നും മനസ്സിലാക്കാവുന്നത് ഈ വൈദ്യശാസ്ത്രം ശരീരത്തെ കേവലം ശരീരം മാത്രമായി കാണാതെ, മനസ്സിന്റെ സാന്നിദ്ധ്യത്തെ ഏറെ പ്രാധാന്യത്തോടെ വീക്ഷിച്ചിരുന്നു എന്നുള്ളതാണ്.

നമ്മുടെ ശരീരമെന്നല്ല ഭൂമിയിലെ സർവ വസ്തുക്കളും ഭൂമി, വെള്ളം, ആകാശം, വായു, അഗ്നി എന്നീ അഞ്ച് തത്വങ്ങളുടെ സമ്മേളനമാണ്. ഏറ്റക്കുറച്ചിലുകളുണ്ടാകാം. എന്നാലും സർവ വസ്തുക്കളും പഞ്ചഭൂത ങ്ങളാൽ സൃഷ്ടിക്കപ്പെട്ടിട്ടുള്ളതാണ്. മൃഗങ്ങളും പക്ഷികളും വൃക്ഷല താദികളും എല്ലാം അങ്ങനെ തന്നെ. ആഹാരവും പഞ്ചഭൂതാത്മകമാ ണ്. ചിലതിൽ ഭൂമിയുടെ അംശം കൂടുതലെങ്കിൽ ചിലതിൽ ജലാംശം കൂടുതലായിരിക്കും. ചികിത്സിക്കാൻ ഉപയോഗിക്കുന്ന ചെടികളുടെ തത്വ ങ്ങളും പഞ്ചഭൂതനിർമ്മിതമാണ്.

ആയുർവ്വേദത്തിന്റെ അടിസ്ഥാന തത്വമാണ് ത്രിദോഷ സിദ്ധാന്തം.

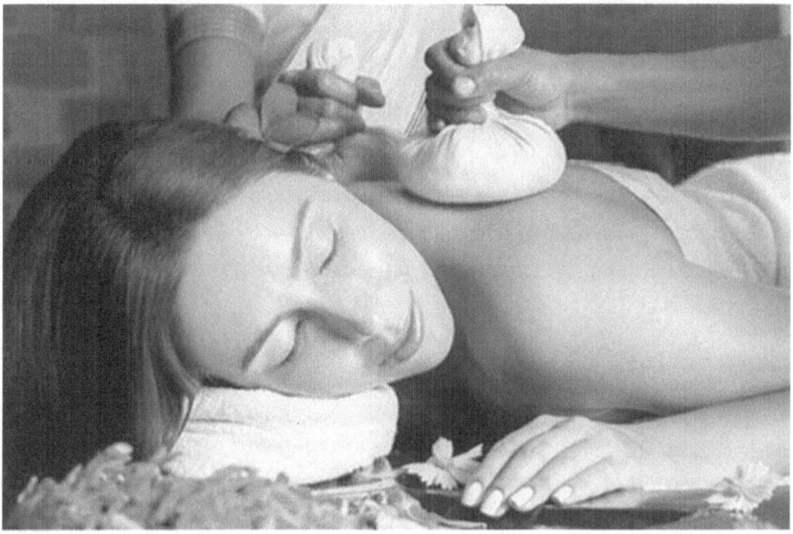

ത്രി എന്നാൽ മൂന്ന്. ദോഷം എന്ന വാക്ക്കൊണ്ട് ഉദ്ദേശിക്കുന്നത് ഏതു സമയത്തും ദുഷിക്കാൻ സാധ്യത ഉള്ളത് എന്നാണ്. ശരീരത്തിൽ ഏതു സമയത്തും ദുഷിക്കാൻ സാധ്യത ഉള്ളതും എന്നാൽ ദുഷിച്ചിട്ടില്ലെങ്കിൽ ശരീരത്തിന്റെ ആരോഗ്യത്തിന് കാരണമായി സ്ഥിതി ചെയ്യുന്നതുമായ തത്ത്വങ്ങളെയാണ് ദോഷങ്ങൾ എന്ന് പറയുന്നത്. വാതം, പിത്തം, കഫം എന്നീ മൂന്ന് തത്ത്വങ്ങളാണ് ത്രിദോഷങ്ങൾ. ഈ മൂന്നും സമമായി ആരോഗ്യത്തോടെ സ്ഥിതി ചെയ്താൽ ദോഷസാമ്യം എന്നറിയപ്പെടുന്നു. 3 ദോഷങ്ങൾക്കും ശരീരത്തിൽ നിശ്ചിതമായ കർമ്മങ്ങളുണ്ട്. ദോഷസാമ്യാവസ്ഥയിൽ അവ ആ കർമ്മങ്ങൾ (ശ്വസിക്കുക, പചിപ്പിക്കുക, പോഷിപ്പിക്കുക) നന്നായി ചെയ്യുന്നു. ഇവ പരസ്പരം നിയന്ത്രിക്കുകയും ചെയ്യുന്നുണ്ട്. ഏതെങ്കിലും തരത്തിൽ ഈ ദോഷങ്ങൾക്ക് ദുഷ്ടി സംഭവിച്ചാൽ നിശ്ചയിക്കപ്പെട്ടിരിക്കുന്ന കർമ്മങ്ങൾ അവയ്ക്ക് ചെയ്യാൻ സാധിക്കാതെ വരുന്നു. ഈ ദോഷങ്ങൾ ശരീരത്തിലെ സ്ഥൂലമായ അവയവങ്ങളിലും സ്ഥൂലവും സൂക്ഷ്മമായ കുഴലുകളിലും ഉണ്ടാകും. ശരീരത്തിന്റെ ഓരോ കോശങ്ങളിലും ത്രിദോഷ സാന്നിദ്ധ്യം മനസ്സിലാക്കേണ്ടതാണ്. ആയതിനാൽ ആരോഗ്യവസ്ഥയിൽ മനസ്സിലാക്കേണ്ടത് ദോഷങ്ങൾ സമമായ അവസ്ഥയിലാണെന്നും അസുഖങ്ങൾ വരുമ്പോൾ മനസ്സിലാക്കേണ്ടത് ദോഷങ്ങളുടെ സന്തുലനാവസ്ഥയ്ക്ക് എന്തോ തകരാറ് സംഭവിച്ചിരിക്കാമെന്നുമാണ്.

പഞ്ചഭൂതങ്ങളും ത്രിദോഷവും

വായു + ആകാശം	-	വാതദോഷം
അഗ്നി	-	പിത്തദോഷം
ജലം + ഭൂമി	-	കഫദോഷം

വായു ഭൂതവും ആകാശ ഭൂതവും ചേർന്നാണ് വാതദോഷത്തിന്റെ അടിസ്ഥാനം. പഞ്ചഭൂത തത്ത്വമായ അഗ്നിയാണ് പിത്തദോഷത്തിന്റെ പഞ്ചഭൂത തത്ത്വം. ജലഭൂതവും ഭൂമി ഭുതവും ചേർന്നാണ് കഫദോഷം നിർമ്മിക്കപ്പെട്ടിട്ടുള്ളത്.

വാതദോഷം

വായു അഗ്നിയെ ജ്വലിപ്പിക്കുന്നു, ജലാശയങ്ങളെ പ്രവഹിപ്പിക്കുന്നു, പൂക്കളെ വിരിയിക്കുന്നു, വിത്തിനെ പറത്തി മറ്റൊരിടത്ത് സസ്യമാക്കുന്നു. ഈ വായു തന്നെയാണ് പ്രപഞ്ച ഗോളങ്ങളുടെ ക്രമമായ ചലനത്തെ നിയന്ത്രിക്കുന്നത്. ഇതേ വായു ജീവജാലങ്ങളിൽ കുടികൊള്ളുമ്പോൾ നമ്മുടെ പ്രാണന് പ്രേരകമായി വർത്തിക്കുന്നു. ശരീരത്തിലെ ശ്വസനക്രമം, ശരീരത്തിന്റെ ഉത്സാഹം, സ്പന്ദനം, ഇന്ദ്രിയങ്ങളുടെ കാര്യക്ഷമമായ പ്രവർത്തനം ഇവയ്ക്കെല്ലാം കാരണമായിരിക്കുന്നത് വാതമാണ്. മനസ്സിന്റെ പ്രേരകൻ വാതമാണ്. ചിന്തിക്കുന്നതിനും, വിചാരിക്കുന്നതിനും പ്രേരകൻ വാതമാണ്. ആരോഗ്യാവസ്ഥയിൽ വാതം നല്ല ചിന്തകളെ ജനിപ്പിക്കുകയും പ്രോത്സാഹിപ്പിക്കുകയും ചെയ്യുന്നു. ശാസ്ത്രീയമായ ശ്വസന പ്രക്രിയ മനസ്സിന്റെ ആരോഗ്യം മെച്ചപ്പെടുത്തുന്നതിന്റെ കാരണം ഇതാണ്. ശരീരത്തിനുള്ളിൽ വാതത്തിന്റെ ഗതിവിഗതികൾ ഏതെങ്കിലും കാരണവശാൽ തെറ്റുകയാണെങ്കിൽ അവ ഉണ്ടാക്കുന്ന അസ്വസ്ഥതകൾ ഈ ശ്വസനമുറകൾ ശാസ്ത്രീയമായി അഭ്യസിക്കുന്നതിലൂടെ ഒരു പരിധിവരെ പരിഹരിക്കാൻ സാധിക്കുന്നു. മനസ്സിന്റെ ആകുലതകൾ യോഗശ്വസന ക്രമത്തിലൂടെ ചികിത്സിക്കുന്നതും വാതത്തിന്റെ ശരീരത്തിലുള്ള പ്രവർത്തനമേഖല തിരിച്ചറിഞ്ഞ് വികസിപ്പിച്ചെടുത്തതാണ്. അനുകൂലസ്ഥിതിയിൽ വർത്തിക്കുന്ന വാതം ഇതരദോഷങ്ങൾക്കും പ്രേരകമായി വർത്തിക്കുന്നു. പിത്തത്തിനും കഫത്തിനും ചലനശക്തിയില്ല. എന്നാൽ പിത്തദോഷത്തിനും കഫദോഷത്തിനും അതാതിന്റെ കർമ്മം ചെയ്യാൻ പ്രേരകമായി വർത്തിക്കുന്നത് വാതമാണ്. അടുപ്പിൽ തീ കത്തിക്കാൻ ഊതുന്നതിന് സമാനമായ പ്രക്രിയ നമ്മുടെ ശരീരത്തിനുള്ളിലും സംഭവിച്ചുകൊണ്ടേയിരിക്കുന്നു.

പിത്തദോഷം

പഞ്ചഭൂതങ്ങളിലെ തേജസ്സിന്റെ (അഗ്നി) അംശത്തെയാണ് പിത്തം എന്നതുകൊണ്ട് ഉദ്ദേശിച്ചിരിക്കുന്നത്. പിത്തമെന്നാൽ പരിണാമം. എവിടെ ശരീരത്തിൽ പരിണാമം സംഭവിക്കുന്നുവോ അവിടെയെല്ലാം പിത്തത്തിന്റെ സാന്നിധ്യം നമുക്ക് തിരിച്ചറിയാവുന്നതാണ്. പ്രപഞ്ചത്തിൽ അഗ്നി/സൂര്യൻ എപ്രകാരം സമസ്ഥിതിയിൽ നിന്ന് സൂര്യരശ്മികളെ കൊണ്ട് പ്രപഞ്ച പരിണാമങ്ങൾക്ക് കാരണമായി തീരുന്നുവോ അപ്ര കാരം ശരീരത്തിലെ അഗ്നി ശരീരത്തിലും ഓരോ പാകങ്ങൾക്കും/മാറ്റ ത്തിനും കാരണമായി തീരുന്നു. അന്നപചനത്തിനായാലും പേശീ സങ്കോ ചസമയത്തെ രാസപ്രക്രിയയാണെങ്കിലും ഒരു കോശത്തിനുള്ളിലെ മൈറ്റോ കോൺട്രിയൽ രാസ പ്രക്രിയ (Mitochondrial reaction) ആണെ ങ്കിലും അവിടെ പിത്തമാണ് വർത്തിക്കുന്നത്. ഈ രാസപ്രക്രിയകളുടെ ആകെ തുകയായി പിത്ത ദോഷത്തെ മനസ്സിലാക്കേണ്ടതാണ്. ശരീ രത്തെ സംരക്ഷിക്കുന്നതിനുള്ള ശരീരബലം, വർണം, പ്രസാദം, ആരോ ഗ്യം, ആയുസ്സ് എന്നിവ പ്രദാനം ചെയ്യുന്നത് പിത്തമാണ്. ആചാര്യ ചര കൻ ബലം, ഓജസ്, വർണം, ബുദ്ധിശക്തി എന്നിവയ്ക്ക് പിത്തമാണ് കാരണമായി പറഞ്ഞിരിക്കുന്നത്. അഗ്നിക്ക് എരിയാൻ ഇന്ധനം വേണമ ല്ലോ. ഇതിന് സമാനമായി ശരീരത്തിലെ അഗ്നിയിൽ എരിയാൻ നാം ആഹാരമായി ഇന്ധനത്തെ എത്തിച്ചുകൊടുക്കണം. യഥാസമയത്ത് അങ്ങനെ എത്തിച്ചില്ലെങ്കിൽ അഗ്നി കെടും. പിന്നെ കഴിക്കുന്ന ഭക്ഷണം ദഹിപ്പിക്കാൻ ഈ അഗ്നിക്ക് സാധിച്ചില്ല എന്നുവരും. ശരീരത്തിന്റെ സുസ്ഥിരമായ അവസ്ഥയ്ക്ക് കൃത്യസമയത്ത് അനുയോജ്യമായ തോതിൽ ഭക്ഷണം എത്തിച്ച് ഈ അഗ്നിയെ നാം സംരക്ഷിക്കേണ്ടതാ ണ്. അഗ്നി കെടുന്നതുപോലെ തന്നെ അഗ്നി ആളിപ്പടരാനും സാധ്യത യുണ്ട്. അഗ്നിയെ സംരക്ഷിക്കേണ്ടത് ആരോഗ്യം ആഗ്രഹിക്കുന്ന ഓരോ വ്യക്തിയുടെയും ധർമമാണ്. ബ്രഞ്ച്, സ്നാകിങ് (Brunch, Snacking) കോള തുടങ്ങിയവ ശീലിക്കുന്നവർ ഈ അഗ്നിയുടെ പരിപാലനത്തിന് ഉതകാത്ത തരത്തിലാണ് പെരുമാറുന്നത്. ഇത്തരം ശീലങ്ങൾ ഉള്ളവ രിൽ ചിലപ്പോൾ ദഹന പ്രക്രിയ തകരാറിലായി വയറുവീക്കം, സ്തംഭനം എന്നിങ്ങനെയുള്ള അസുഖങ്ങൾ തുടർച്ചയായി കാണുകയോ ചില പ്പോൾ ദീർഘസ്ഥായിയായ ശരീരപോഷണജന്യ വികാരങ്ങളോ (Meta- bolic disorders) ഉണ്ടാവാൻ സാധ്യത ഉണ്ട്.

ആഹാരത്തിന്റെ പ്രാധാന്യം

പിത്തദോഷത്തെ പരാമർശിക്കുമ്പോൾ അവിടെ ഇന്ധനമാകുന്ന ആഹാരത്തെ എടുത്തു പറയേണ്ടതാണ്. ബൃഹദാരണ്യകോപനിഷത്തിൽ അന്നം ബ്രഹ്മമാണെന്ന് പറയുന്നു. അതായത് ആഹാരം അഗ്നിയെ പരിപാലിക്കുന്നെങ്കിൽ അഹിതങ്ങളായ അന്നപാനാദികൾ അഗ്നിയുടെ അഥവാ പിത്തത്തിന്റെ വൈഗുണ്യത്തിന് (ഗുണമില്ലായ്മ) കാരണമായി തീരുന്നു.

പചനവ്യവസ്ഥ നല്ലതല്ലെങ്കിൽ ശരീരത്തിന്റെ ആരോഗ്യത്തെ ഏറെ ബാധിക്കുമെന്ന് സ്വന്തം ശരീരത്തെ നിരീക്ഷിക്കുന്ന ഏതൊരാൾക്ക് മനസ്സിലാക്കും. ഇന്ന് ആധുനിക ശാസ്ത്രത്തിൽ ഗട്ട് മൈക്രോബയോം (Gut Microbiome) എന്ന ശാസ്ത്രതത്ത്വത്തിന് പ്രചാരം കൂടി വരുന്നതായി കാണാം.

സാമാന്യേന ചെറിയ രോഗം എന്ന് കണക്കാക്കുന്ന മുഖകുരുവിന് ഒരു Gut - Skin connection ഉണ്ട് എന്ന് പഠനങ്ങളിൽ വ്യക്തമാണ്. സങ്കീർണ്ണമെന്ന് കരുതപ്പെടുന്ന ഓട്ടിസം എന്ന കുട്ടികളിൽ കാണപ്പെടുന്ന അവസ്ഥക്ക് Gut - brain connection എന്ന ശാസ്ത്രീയ അടിത്തറയുണ്ട്. ആയതിനാൽ ആരോഗ്യപരിപാലനത്തിന്റെ കഴിക്കുന്ന ആഹാരം, അതിന്റെ അളവ്, കഴിക്കുന്ന സമയം, ശരിയായ പചനം, മലശോധന എന്നിവയ്ക്ക് നല്ലൊരു പങ്ക് ഉണ്ട്.

കഫദോഷം

ജഗത്തിന്റെ ജലതത്വം ആണ് കഫദോഷം. പഞ്ചഭൂതങ്ങളിൽ ഭൂമിതത്വവും ജലതത്വവുമാണ് കഫദോഷത്തിന്റെ അടിസ്ഥാന ഭൂതങ്ങൾ. ഒരു വിത്ത് ഭൂമിയിൽ കുഴിച്ചിടുകയും അതിൽ നാം വെള്ളമൊഴിക്കുകയും ചെയ്യുന്നു എന്നു കരുതുക. ആ വിത്ത് സാവധാനം മുള പൊട്ടി വളരുന്നു. ഭൂമിജലതത്വസമ്പുഷ്ടമായ കഫദോഷം ശരീരത്തിൽ ചെയ്യുന്ന പ്രധാന കർമവും ഇതുതന്നെ. നേരത്തെ സൂചിപ്പിച്ച ആഹാരമാകുന്ന ഇന്ധനത്തെ സൂക്ഷ്മവും സ്ഥൂലവുമായ അഗ്നി പചിപ്പിച്ചാൽ കഫദോഷം ആ ആഹാരസാരാംശത്തെ കൂട്ടി യോജിപ്പിച്ച് പോഷക കർമത്തെ ചെയ്യുന്നു. മറ്റ് ദോഷങ്ങളെ അപേക്ഷിച്ച് കഫദോഷം തന്നെയാണ് ശരീരത്തിന്റെ ബലം നൽകുന്നത്. പചനത്തിലും കഫദോഷത്തിന്റെ പ്രാധാന്യം വലുതാണ്. നാം ആഹാരം പാകം ചെയ്യുമ്പോൾ വെള്ളം ഉപയോഗിക്കുന്നതുപോലെ. പാകം ചെയ്യാനുപയോഗിക്കുന്ന വെള്ള

ത്തിന്റെ ഗുണം, അളവ് എന്നിവ ആഹാരത്തിന്റെ ഗുണമേന്മയെ ബാധിക്കുന്നത് പോലെയാണിവിടെ സംഭവിക്കുന്നത്.

ത്രിദോഷങ്ങളും ഗുണങ്ങളും

ഈ വാതപിത്തദോഷങ്ങളെ നാം ശരീരത്തിൽ തിരിച്ചറിയുന്നത് അവയുടെ ഗുണങ്ങൾ കാരണമാണ്. അഷ്ടാംഗഹൃദയകാരൻ വളരെ ലളിതമായി ഗുണങ്ങളെയും ത്രിദോഷങ്ങളെയും പറ്റി പരാമർശിക്കുന്നുണ്ട്.

വാതത്തിന്റെ ഗുണങ്ങൾ

രൂക്ഷം	-	മുറുമുറുത്ത സ്വഭാവമുള്ളത്
ലഘു	-	ഭാരക്കുറവുള്ളത്
ശീതം	-	തണുപ്പുള്ളത്
ഖരം	-	പരുപരുത്തത്
സൂക്ഷ്മം	-	കാണാൻ പ്രയാസമുള്ളത്
ചലം	-	അനങ്ങുന്ന സ്വഭാവമുള്ളത്

പിത്തത്തിന്റെ ഗുണങ്ങൾ

സ്നിഗ്ധം	-	എണ്ണമയമുള്ളത്
തീക്ഷ്ണം	-	തീക്ഷ്ണ സ്വഭാവമുള്ളത്
ഉഷ്ണം	-	ചൂട് അനുഭവപ്പെടുന്നത്
ലഘു	-	ഭാരം കുറഞ്ഞത്
വിസ്രം	-	അഴുകുന്ന സ്വഭാവം
സരം	-	ഒഴുകുന്ന സ്വഭാവം
ദ്രവം	-	ജലസ്വഭാവമുള്ളത്

കഫത്തിന്റെ ഗുണങ്ങൾ

സ്നിഗ്ധം	-	എണ്ണമയമുള്ളത്
ശീതം	-	തണുപ്പുള്ളത്

ഗുരു	-	ഭാരമുള്ളത്
മന്ദം	-	പതുക്കെ (മെല്ലെ പെരുമാറുന്നത്)
ശ്ലക്ഷ്ണം	-	മിനുസ സ്വഭാവമുള്ളത്
മൃത്സനം	-	ഒട്ടലുള്ളത്
സ്ഥിരം	-	സ്ഥിരപ്പെടുത്തുന്നത്

ഗുണവും ആയുർവ്വേദവും

ആയുർവ്വേദത്തിന്റെ കാഴ്ചപ്പാട് എന്തെന്നാൽ ആരോഗ്യം എന്നത് 3 ദോഷങ്ങളുടെ സന്തുലിതാവസ്ഥ ആണ്. ഓരോ ദോഷത്തിനും കുറച്ച് ഗുണങ്ങളുണ്ട്. ഈ ലോകത്ത് ഏതൊരു വസ്തുവിനേയും നാം മനസ്സിലാക്കുന്നത് അതിന്റെ ഗുണം നോക്കിയാണ്. തൊലി മിനുസ്സമാണോ അങ്ങനെ അല്ലയോ എന്ന് പരിശോധിക്കുന്നത് തൊലിയുടെ ഗുണത്തെ ആണ്. രോഗി ചുമച്ച് തുപ്പുന്ന കഫം കട്ടിയാണോ നേരിയതാണോ എന്ന് പരിശോധിച്ചാൽ തുപ്പിയ കഫത്തിന്റെ ഗുണമാണ് പരിശോധിക്കപ്പെടുന്നത്. ഈ വിധത്തിൽ നമുക്ക് ദോഷങ്ങളെ മനസ്സിലാക്കാൻ വൈദ്യശാസ്ത്രജ്ഞന്മാർ 20 ഗുണങ്ങളെ കുറിച്ച് വർണ്ണിക്കുന്നുണ്ട്.

3 ദോഷങ്ങൾ മുകളിൽ പറഞ്ഞ ഗുണങ്ങളോട് കൂടി ശരീരത്തിൽ സ്ഥിതിചെയ്യുന്നു. ഗുണങ്ങൾക്ക് ഏറ്റക്കുറച്ചിലുണ്ടാകാം. പ്രകൃതിയിലും ഈ ഗുണങ്ങളെ നമുക്ക് ദർശിക്കാവുന്നതാണ്. അഗ്നിക്ക് ചൂട് എന്ന ഗുണവും ജലത്തിന് തണുപ്പ് എന്ന ഗുണവുമുണ്ടല്ലോ.

വാതം എന്ന ദോഷം ശരീരത്തിന് രൂക്ഷതയെ ഉണ്ടാക്കും. അത് ബാഹ്യമായോ ആഭ്യന്തരമായോ ആകാം. കാറ്റടിച്ചാൽ തൊലി വരളുന്നത് ഇതിനുദാഹരണമാണ്. നാം കഴിച്ച ആഹാരത്തിൽ രൂക്ഷത ഉണ്ടാകുകയോ നമ്മുടെ വിഹാരം കൊണ്ട് രൂക്ഷത അധികമായോ ഉണ്ടായാൽ വാതത്തിന്റെ രൂക്ഷ ഗുണം വർദ്ധിക്കാൻ കാരണമായി. സന്തുലിതാവസ്ഥയ്ക്ക് തടസ്സം നേരിടാൻ ഇത് കാരണമായി. ഈ രൂക്ഷത ശരീരത്തിന്റെ ഏത് ഭാഗത്തും പ്രത്യക്ഷപ്പെടാം. എങ്ങനെ പ്രത്യക്ഷപ്പെടും എന്നത് പ്രവചിക്കാൻ കഴിയില്ല. കനത്ത മഴയിൽ വീടിന്റെ മേൽക്കൂരയിലെ വിള്ളലിൽ കൂടി വെള്ളം ഉള്ളിലേക്ക് പ്രവേശിക്കുന്നതുപോലെ ശരീരത്തിന്റെ കേട് വന്നതോ, വരാൻ സാധ്യത ഉള്ളതോ ആയ ഭാഗത്തിൽ ഈ അമിത രൂക്ഷത പ്രകടമായി ചിലപ്പോൾ രോഗത്തെ ഉണ്ടാക്കാം. രൂക്ഷത മലംപോകുന്ന വൻകുടലിലാണെങ്കിൽ മലബന്ധമായി

അനുഭവപ്പെടാം തൊലിയിലാണെങ്കിൽ, തൊലിക്ക് വരൾച്ച ഉണ്ടാകാം. വേറെ ഒരുദാഹരണം നോക്കാം. ശീതികരിച്ച മുറിയിൽ ഒരാൾ ഏറെ നേരം ഇരുന്നാൽ അയാൾക്ക് വാത കഫദോഷത്തിന്റെ ശീതം എന്ന ഗുണം വർദ്ധിക്കാൻ കാരണമാകും. സന്തുലിതാവസ്ഥ തകിടം മറിഞ്ഞ വാതകഫ ദോഷങ്ങൾ വിവിധ രീതിയിൽ ശരീരത്തിൽ അസ്വസ്ഥതകൾ ഉണ്ടാക്കും. ശീതം സൈനസുകളെ ബാധിച്ചാൽ ജലദോഷമായോ പച നവ്യവസ്ഥയെ ബാധിച്ചാൽ ദഹനതകരാറായോ സന്ധികളെ ബാധിച്ചാൽ സന്ധിവേദന, നടുവേദന, കഴുത്ത് വേദന എന്നിങ്ങനെ ഒക്കെ ആയി അത് പ്രകടമാകും. ചുരുക്കി പറഞ്ഞാൽ നാം ചെയ്യുന്ന ഓരോ പ്രവർത്തിയും പ്രത്യക്ഷമായി ഈ ഗുണങ്ങളെ ബാധിക്കും. ഗുണങ്ങൾ ബാധിക്കപ്പെട്ടാൽ അത് ദോഷ പ്രവർത്തനത്തെ ബാധിക്കും. ദോഷ സന്തുലിതാവസ്ഥ നഷ്ടപ്പെട്ടാൽ അവ രോഗങ്ങളെ ഉണ്ടാക്കും.

രസങ്ങൾ

നമ്മുടെ നാവ് കൊണ്ട് രുചിച്ചറിയാൻ കഴിയുന്നതാണ് രസം. ആസ്വാദനഭേദം കൊണ്ടും അത് ശരീരത്തിൽ ചെയ്യുന്ന കർമ്മത്തിന്റെ

വ്യത്യാസം കൊണ്ട് രസങ്ങളെ 6 ആയി പൊതുവേ തരംതിരിച്ചിട്ടുണ്ട്. മധുരം, പുളി, ഉപ്പ്, എരുവ്, കയ്പ്, ചവർപ്പ് ഇവയാണ് നമുക്ക് ആസ്വദിക്കാൻ കഴിയുന്നതും ശരീരത്തിൽ വ്യത്യസ്ത കർമ്മങ്ങൾ ചെയ്യുന്നതുമായ 6 രസങ്ങൾ. ആദ്യം പരാമർശിച്ചിരിക്കുന്ന മധുരം എന്ന രസം ശരീരത്തിന് ബലം കൊടുക്കുന്നു. മധുരരസം മുതൽ ചവർപ്പ് രസം വരെ ക്രമത്തിൽ ശരീരത്തിന് ബലം നൽകുന്നത് കുറഞ്ഞ് വരുന്നു. ചവർപ്പ്, രസം ബലഹാനിയെ ഉണ്ടാക്കുന്നു. കയ്പ് അത്രത്തോളം ബലഹാനിയെ ഉണ്ടാക്കുന്നില്ല. എരിവ് കയ്പിനോളം ബലഹാനി ഉണ്ടാക്കുന്നില്ല.

മധുരരസത്തിന്റെ പഞ്ചഭൂത ഘടകങ്ങൾ ഭൂമിയും ജലവുമാണ്. അമ്ലം അഥവാ പുളിരസത്തിന്റെ പഞ്ചഭൂതഘടകങ്ങൾ ഭൂമിയും അഗ്നിയുമാണ്. ലവണം ജലവും അഗ്നിതത്വവും കൂടി ചേർന്നാണ് നിർമ്മിക്കപ്പെട്ടിട്ടുള്ളത്. എരിവ് രസം വായുവും അഗ്നിയും ചേർന്നാണ് ഉണ്ടാകുന്നത്. തിക്തം അല്ലെങ്കിൽ കയ്പ് രസം വായുവും ആകാശവും ആയ പഞ്ചഭൂതഘടകങ്ങൾ കൊണ്ടാണ് നിർമ്മിക്കപ്പെട്ടിട്ടുള്ളത്. കഷായരസം ഭൂമിയും വായുവും ചേർന്നാണ് നിർമ്മിക്കപ്പെട്ടിട്ടുള്ളത്.

രസം	പഞ്ചഭൂത ഘടന	ദോഷ വ്യതിയാനം	
മധുരം	പൃഥ്വി + ജലം	വാതപിത്തശമനം	കഫകരം
അമ്ലം	പൃഥ്വി + അഗ്നി	വാതശമനം	പിത്തകഫകരം
ലവണം	ജലം + അഗ്നി	വാതശമനം	പിത്തകഫകരം
കടു (എരുവ്)	വായു + അഗ്നി	വാതകോപനം	പിത്തകോപനം കഫശമനം
തിക്തം	വായു + ആകാശം	വാതകോപനം	പിത്തകഫശമനം
കഷായം	പൃഥ്വി + വായു	വാതകോപനം	പിത്തകഫശമനം

മധുരം, പുളി, ഉപ്പ് ഈ രസങ്ങൾ ഉപയോഗിച്ചാൽ വാതദോഷം ശമിക്കുന്നു. ഈ രസങ്ങൾ മൂന്നും കഫത്തെ വർദ്ധിപ്പിക്കുന്നു. പാൽ മധുര രസമുള്ള ഒരു പദാർത്ഥമാണ്. പാൽ കഫത്തെ വർദ്ധിപ്പിച്ച് വാതത്തെ കുറയ്ക്കുന്നു. കയ്പ്, എരിവ്, കഷായം - ഇവ മൂന്നും കഫത്തെ ശമിപ്പിക്കുന്നു. പാൽകുടിച്ച് കഫം കൂടിയാൽ എരിവ് രസം ഉപയോഗിച്ച് വർദ്ധിച്ച കഫത്തെ കുറയ്ക്കാം. പിത്തത്തെ കുറയ്ക്കുന്ന രസങ്ങളാണ്

കഷായം, ചവർപ്പ്, മധുരം എന്നിവ. പാൽ കുടിച്ചാൽ പിത്തം കുറയും. പാൽ മധുരവും ഗുണത്തിൽ ശീതവും ആണ്. ഈ രസം ശീലിച്ചാൽ ശരീരത്തിന് ബലവും ശക്തിയും ലഭിക്കുന്നു. അത്യുപയോഗം, സ്ഥൗല്യം, പ്രമേഹം, അർബുദം എന്നിവയ്ക്ക് കാരണമാകുന്നു. നിത്യജീവിതത്തിൽ മധുരരസമുള്ള ആഹാരം ധാരാളം ശീലിക്കുന്നവർ തടി വയ്ക്കുന്നതായി അനുഭവപ്പെടാറുണ്ടല്ലോ. നെല്ലിക്ക, പുളി, മാതളം, മോര്, വിനാഗിരി, തൈര്, മാങ്ങ എന്നിവ അമ്ലവർഗത്തിൽ വരുന്നവയാണ്. അമ്ലം പചനശക്തിയെ വർദ്ധിപ്പിച്ച് രുചിയെ ഉണ്ടാക്കി വായുവിന്റെ ഗതിയെ കീഴ്പ്പോട്ടാക്കുന്നു. അത്യുപയോഗം തിമിരം, തലകറക്കം, ചൊറിച്ചിൽ, ദാഹം എന്നിവയെ ഉണ്ടാക്കുന്നു. ഉപ്പ് ലവണ വർഗത്തിൽ വരുന്നു. ഉപ്പ് പചനത്തെ സഹായിക്കുന്നു. ഉപ്പ് രസം രുചിയെ ഉണ്ടാക്കി രക്തചംക്രമണ തടസ്സങ്ങളെ നീക്കം ചെയ്യുന്നു. അതിയായി ഉപയോഗിച്ചാൽ കഷണ്ടി, നര, തൊലിചുളിയൽ, തൊലിപ്പുറത്തെ അസുഖം, ബലക്കുറവ് ഇവയെ ഉണ്ടാക്കുന്നു. പടവലം, ചന്ദനം, വേപ്പ്, ചിറ്റമൃത്, വയമ്പ് തുടങ്ങിയവ കയ്പ്/തിക്തം രസമാണ്. കയ്പ്പ്രസം വിശപ്പില്ലായ്മയെ മാറ്റി കൃമി, തൊലിപ്പുറത്തെ അസുഖം, ബലക്കുറവ് ഇവയെ ഉണ്ടാക്കുന്നു. പടവലം, ചന്ദനം, വേപ്പ്, ചിറ്റമൃത്, വയമ്പ് തുടങ്ങിയവ കയ്പ് രസമാണ്. തൊലിപ്പുറത്തെ അസുഖങ്ങൾക്കു നൽകുന്ന കഷായങ്ങളിൽ അധികവും തിക്തരസമാണെന്ന് കാണാം. അതിയായി ഉപയോഗിച്ചാൽ ബലക്ഷയത്തെയും വാതകോപത്തെയും ഉണ്ടാക്കുന്നു. കായം, കുരുമുളക്, പഞ്ചകോലം, ചുക്ക് എന്നിവ എരിവ് വർഗത്തിൽ ഉള്ളവയാണ്. എരിവു രസം തൊണ്ടയ്ക്കുള്ള അസുഖത്തിനും മേദസ്സിന്റെ ക്ഷയം ഉണ്ടാക്കാനും ഉതകുന്നു. അതിയായി ഉപയോഗിച്ചാൽ ദാഹം, ബലക്കുറവ്, ലൈംഗികാരോഗ്യക്കുറവ്, തലകറക്കം ഇവയെ ഉണ്ടാക്കുന്നു. കടുക്ക, താന്നിക്ക, കരിങ്ങാലി എന്നിവ കഷായ രസമാണ്. മേദസ്സ് അകറ്റാൻ ഈ രസങ്ങൾ ഉപയോഗിച്ച് മരുന്നുകൾ തയ്യാറാക്കാറുണ്ട്. അതിയായി ഉപയോഗിച്ചാൽ വയറ് വീർപ്പ്, ദാഹം, ലൈംഗികാരോഗ്യക്കുറവ്, ശോധനക്കുറവ് ഇവയെ ഉണ്ടാക്കുന്നു.

ത്രിദോഷങ്ങളുടെ പ്രാധാന്യം

ശരീരത്തിൽ സംഭവിക്കുന്ന ഓരോ വ്യത്യാസത്തിനും കാരണം ത്രിദോഷങ്ങളായ വാതപിത്ത കഫങ്ങളാണെന്ന് കാണാം. പ്രപഞ്ചത്തിന്റെ ഏതൊരു പ്രക്രിയയിലും പഞ്ചഭൂതങ്ങളുടെയും ത്രിദോഷങ്ങളുടെയും പ്രവർത്തനത്തെ നമുക്ക് കാണാവുന്നതാണ്. വാതപിത്ത ക

ഫങ്ങൾ ദേഹത്ത് സർവവ്യാപിയാണെങ്കിലും ചില ഭാഗങ്ങളിൽ പ്രാമുഖ്യത്തോടെ കാണപ്പെടുന്നു. അതുപോലെ നമ്മുടെ ദഹനത്തിന്റെ അവസ്ഥയിലും വയസ്സിന്റെ അവസ്ഥകളിലും ത്രിദോഷങ്ങളുടെ ഏറ്റക്കുറച്ചിൽ കാണാവുന്നതാണ്. ഉദാഹരണത്തിന് കുട്ടിക്കാലം കഫത്തിന്റെ കാലമാണ്. യൗവനം പിത്തത്തിന്റെയും വാർധക്യം വാതത്തിന്റെ കാലമാണ്.

ദോഷങ്ങളുടെ അന്തർജാതനിജാവർത്തനം

അവസ്ഥ	**വാതം**	**പിത്തം**	**കഫം**
ദിവസം	വൈകുന്നേരം	ഉച്ചസമയം	പ്രഭാതം
രാത്രി	രാത്രിഅന്ത്യം	മധ്യരാത്രി	രാത്രിആദ്യം
വയസ്	വാർദ്ധക്യം	മധ്യം	ബാല്യം
ആഹാരസമയം	ദഹനശേഷം	ദഹനസമയം	ദഹനതുടക്കം

ഇതിൽ നിന്നും കഫം പോഷണത്തിന്റെ പ്രതീകമായ ദോഷമെന്നും പിത്തം ധാരാളം രാസഘടനാ വ്യതിയാനങ്ങളുടെ അല്ലെങ്കിൽ പരിണാമങ്ങളുടെ ദോഷമാണെന്നും വാതം ഇതര ദോഷങ്ങളുടെ സന്തുലിതാവസ്ഥയ്ക്ക് കാരണമായ ദോഷമാണെന്നു പറയാം. പിത്തത്തെ വിളക്കിലെ കത്തുന്ന തീനാളമായും എണ്ണയെ കഫമായും കണക്കാക്കാം. ആ തീ ആളിക്കത്താനോ, അണയാനോ, സമമായി കത്താനോ വായു കാരണമാകുന്നു. തിരി എരിഞ്ഞടങ്ങിയാൽ അത് വാതത്തിന്റെ വർദ്ധനവും കഫം (എണ്ണ) തീർന്നതുമായി കണക്കാക്കാം. ത്രിദോഷങ്ങളെ ഈ ലോകത്ത് ഏതു കോണിലും കാണാവുന്നതാണ്. സകല സിദ്ധാന്തങ്ങളും ത്രിദോഷത്തെ ആശ്രയിച്ചാണ് സ്ഥിതി ചെയ്യുന്നത്.

ദോഷങ്ങളുടെ ശരീരത്തിലെ സ്ഥിതി

എല്ലായിടത്തും എല്ലാ ദോഷങ്ങളും വർത്തിക്കുന്നുവെങ്കിലും ചിലയിടത്ത് ദോഷങ്ങൾ ആധിക്യേന വർത്തിക്കുന്നു എന്നു പറഞ്ഞുവല്ലോ. ശരീരത്തിന്റെ കുടൽ (intestine), കടീ പ്രദേശം (അരഭാഗം), കാലുകൾ, ശോത്രേന്ദ്രിയം, അസ്ഥി, തൊലി ഇത് വാതത്തിന് പ്രാമുഖ്യമുള്ള ഭാഗമാണ്.

നാഭി, ആമാശയം, സ്വേദം, രക്തം, കാഴ്ച, സ്പർശനം - ഇത് പിത്തപ്രാധാന്യമുള്ള ഭാഗങ്ങളാണ്.

നെഞ്ച്, കഴുത്ത്, തല, സന്ധികൾ, ആമാശയം, മേദസ്സ്, മൂക്ക്, നാക്ക് ഇവ കഫ പ്രധാനമാണ്.

നമ്മുടെ ഉള്ളിലുള്ള അഗ്നിയെ (ദഹനത്തെ) സഹായിക്കുന്ന തത്വത്തെ വാതമാണ് സ്വാധീനിക്കുന്നതെങ്കിൽ അയാളുടെ അഗ്നി 'വിഷമാഗ്നി' എന്ന നാമത്തിൽ അറിയപ്പെടുന്നു. വിഷമാഗ്നി ഉള്ള ഒരാൾക്ക് ചിലപ്പോൾ അമിത അളവിൽ ഭക്ഷണം കഴിച്ചാലും സുഖമായി ദഹിക്കും. എന്നാൽ ചിലപ്പോൾ കുറഞ്ഞ അളവിൽ ഭക്ഷണം ദഹിക്കാതെ വരും. വിഷമാഗ്നി ഉള്ളവർക്ക് വിശപ്പിന് ക്ലിപ്തതയില്ലായ്മ ഉണ്ടായിരിക്കും. വയറ്, വീർപ്പ്, വയറുവേദന, വയറിൽ കനം പോലെ തോന്നൽ ഇവ ഉണ്ടാകാം. പിത്ത ദോഷം, ദഹനശക്തിയെ സ്വാധീനിച്ചാൽ അഗ്നി പിത്ത പ്രധാനമായി തീക്ഷ്ണാഗ്നിയാകും. തീക്ഷ്ണാഗ്നി ഉള്ള ഒരാൾക്ക് ക്ഷണത്തിൽ ആഹാരം ദഹിക്കും. ദഹനശക്തി പിത്ത ദൂഷിതമായാൽ അതിയായ വിശപ്പ്, ചുട്ടുനീറ്റൽ, വയറ് എരിച്ചിൽ ഇവ അനുഭവപ്പെടാം. അഗ്നി കഫത്താൽ ആവൃതമായാൽ അത് മന്ദാഗ്നിയാകും. കുറച്ച് ആഹാരം ഏറെ സമയമെടുത്ത് ദഹിപ്പിക്കുന്ന അഗ്നിയാണ് മന്ദാഗ്നി. മന്ദാഗ്നി ഉള്ളവർക്ക് കുറച്ച് ഭക്ഷണം കഴിച്ചാൽപോലും ശരിയായി ആഹാരം ദഹിച്ചു എന്ന് വരില്ല. എന്നാൽ എല്ലാ ദോഷങ്ങൾക്കും ഉതകുന്ന തരത്തിലാണ് നാം ആഹാരവിഹാരങ്ങൾ ശീലിക്കുന്നതെങ്കിലോ അഗ്നിയിൽ ദോഷങ്ങൾ സമമായി വർത്തിച്ചാലോ സമാഗ്നി എന്ന അവസ്ഥ കൈവരുന്നു. ഓരോ കോശത്തിലും ഇത്തരം അഗ്നി ഉണ്ടെന്നും അത് വാത, പിത്ത, കഫ ഗുണങ്ങളാൽ ഗ്രസ്തമായാൽ ഇതേ സ്വഭാവം കാണിക്കുമെന്നും അനുമാനിക്കാവുന്നതാണ്.

ഇനി ഭക്ഷണം ദഹിക്കുന്ന ഭാഗമായ കോഷ്ഠം (Gastro Intestinal tract) ഇതേപോലെ തന്നെ വാത പിത്ത കഫങ്ങളാൽ സ്വാധീനിക്കപ്പെടുന്നതായി കാണാം.

വാതദോഷ പ്രധാന കോഷ്ഠം - ക്രൂരകോഷ്ഠം
പിത്തദോഷ പ്രധാന കോഷ്ഠം - മൃദുകോഷ്ഠം
കഫദോഷ പ്രധാന കോഷ്ഠം - മധ്യമകോഷ്ഠം

കോഷ്ഠം എന്നാൽ വെറും ആഹാരം ദഹിക്കുന്ന കുടൽ മാത്രമല്ല. ദഹനത്തെ സഹായിക്കുന്ന അവയവങ്ങളെയും അവയുടെ ദഹന രസങ്ങളെയും അവയുടെ ധർമങ്ങളെയും കോഷ്ഠം എന്ന സംജ്ഞയിലൂടെ മനസ്സിലാക്കാം. വാത പ്രധാനമാണ് കോഷ്ഠമെങ്കിൽ രൂക്ഷലഘുഗുണ പ്രാധാന്യമായതിനാൽ ദഹനം എന്ന പ്രക്രിയ കഠിനമാമായിരിക്കും.

അത്തരക്കാർക്ക് മലം മുറുകിപ്പോവുക, മലം പോകാൻ ബുദ്ധിമുട്ട് അനുഭവപ്പെടുക എന്നിങ്ങനെ കാണപ്പെടും.

പിത്തത്താൽ ദുഷിതമായാൽ (സരം, ദ്രവം എന്നീ സ്വഭാവമുള്ളതിനാൽ) വളരെ പെട്ടെന്ന് ദഹനപ്രക്രിയ സംഭവിച്ച് മലം ഇളകി പോകാനുള്ള പ്രവണത കാണിക്കും. ഡോക്ടർ രോഗിയെ ആയുർവേദ ചികിത്സയ്ക്ക് വിധേയമാക്കുമ്പോൾ രോഗിയുടെ കോഷ്ഠം, അഗ്നി എന്നിവയുടെ അവസ്ഥ അറിയാൻ മലം പോകുന്ന രീതി പ്രത്യേകം ചോദിച്ച് മനസ്സിലാക്കും. എന്നാൽ മാത്രമേ ശോധനയ്ക്കായി വയറിളക്കുന്ന സമയത്ത് (വിരേചനം എന്ന ഒരു പഞ്ചകർമ്മ ചികിത്സാ പദ്ധതി) ഏത് ഔഷധമാണ് തിരഞ്ഞെടുക്കേണ്ടതെന്ന് മനസ്സിലാകൂ. ഇനി കഫദോഷമാണ് കോഷ്ഠത്തെ ബാധിക്കുന്നുവെങ്കിൽ അത് മധ്യമകോഷ്ഠമെന്ന് അറിയപ്പെടുന്നു. ഇവിടെ ദഹനരസങ്ങൾ സമമായി പ്രവർത്തിച്ച്, ഭക്ഷണത്തിന്റെ ആഗിരണം നന്നായി നടക്കുന്നു. ഇത് ദോഷങ്ങൾ സമസ്ഥിതിയിൽ നിൽക്കുന്നതിന് സമാനമായ ഒരവസ്ഥ ആണ്.

1. ചുരുക്കി പറഞ്ഞാൽ പാൽ കഴിച്ചാൽപോലും അയഞ്ഞ് മലം പോകുന്ന വ്യക്തിക്ക് കോഷ്ഠം പിത്ത പ്രധാനമാണ്.

2. വയറിളകാൻ പ്രത്യേകമായി മരുന്ന് കൊടുത്താലും വയറിളകാത്തത് വാത പ്രധാന കോഷ്ഠം.

3. ഇതിന്റെ ഇടയ്ക്ക് നിൽക്കുന്നത് കഫ പ്രധാന അവസ്ഥയിലുള്ള മധ്യമകോഷ്ഠം.

ഏതു ഋതുവിൽ ഏത് ആഹാരം കഴിച്ച് എങ്ങനെ കോഷ്ഠത്തെയും അഗ്നിയെയും സംരക്ഷിക്കണമെന്ന് വ്യക്തികൾ മനസ്സിലാക്കേണ്ടതാണ്.

കോഷ്ഠം, അഗ്നി എന്നിവയുടെ സ്വാഭാവിക പ്രവർത്തനത്തിന് ആധാരമായ തത്വങ്ങൾ വാതമാണോ പിത്തമാണോ എന്നത് എപ്പോഴാണ് നിശ്ചയിക്കപ്പെടേണ്ടത്? ഇത് സ്വാഭാവികമായി തോന്നാവുന്ന ഒരു സംശയമാണ്. മാതാപിതാക്കളുടെ സംഭോഗ സമയത്ത് സ്രവിക്കുന്ന ശുക്ലവും അണ്ഡവും ആ പ്രത്യേക സമയത്ത് ഏത് ദോഷപ്രാമുഖ്യം എന്നതിനെ അടിസ്ഥാനപ്പെടുത്തിയാണ് ഇവ നിശ്ചയിക്കപ്പെടുക. കുട്ടി വാതപ്രധാനമായ ഒരു അവസ്ഥയിലേക്കാണ് വളരാൻ സാധ്യതയെങ്കിൽ വാത പ്രകൃതി, പിത്ത പ്രധാനമെങ്കിൽ പിത്തപ്രകൃതി, കഫ പ്രധാനമെങ്കിൽ കഫപ്രകൃതി.

പ്രകൃതി

ജനനം മുതൽ മരണംവരെ നിലനിൽക്കുന്നതും ഗർഭത്തിന്റെ ആദ്യഅവസ്ഥയിൽ തെളിയുന്നതുമാണ് ഒരു വ്യക്തിയുടെ പ്രകൃതി അല്ലെങ്കിൽ ജനിതക ഘടന. ഗർഭാവസ്ഥയിൽ ഭ്രൂണത്തിന്റെ അവസ്ഥയ്ക്ക് അനുസരിച്ചാണ് കുട്ടി വാത പ്രകൃതിയാണോ, പിത്ത പ്രകൃതിയാണോ കഫപ്രകൃതിയാണോ അതോ ഈ മൂന്ന് ദോഷങ്ങളുടെയും സമ്മേളനമാണോ എന്ന് തീരുമാനിക്കപ്പെടുന്നത്.

വാതത്തിന്റെ വിഭജനം

വാതം, പിത്തം, കഫം എന്നീ മൂന്ന് തൂണിന്മേൽ സ്ഥിതി ചെയ്യുന്ന വീടാണ് ശരീരം. വ്യവഹാരത്തിൽ വാതത്തിനെ പ്രാണൻ, ഉദാനൻ, വ്യാനൻ, സമാനൻ, അപാനൻ എന്നിങ്ങനെ ഭേദങ്ങൾ കൽപിച്ചിട്ടുണ്ട്. ഈ അഞ്ചെണ്ണത്തിന്റെയും പ്രവർത്തി മണ്ഡലങ്ങളും സ്ഥാനങ്ങളും വ്യത്യസ്തമാണ്.

പ്രാണവായു, തുപ്പുക, തുമ്മുക, ഉച്ഛ്വാസം, ആഹാരത്തെ വായിൽ നിന്നും അന്നനാളത്തിലെത്തിക്കുക തുടങ്ങിയ കർമ്മങ്ങൾ ചെയ്യുന്നു. ഉദാനൻ, വാക്പ്രവർത്തി, പ്രവർത്തികളിൽ ഏർപ്പെടാനുള്ള മനോഭാവം, ഊർജ്ജം, ബുദ്ധി, ഓർമ്മ എന്നിവയുമായി ബന്ധപ്പെട്ട വാതമാണ്. സർവ്വശരീരത്തും വ്യാപരിക്കുക, കണ്ണ് അടയ്ക്കുക, തുറക്കുക തുട

ങ്ങിയ കർമ്മങ്ങൾ കോട്ടുവാ ഇടുക, അന്നം ആസ്വാദിക്കുക, സ്വേദ രക്ത ങ്ങളെ സ്രവപ്പിക്കുക. ഭക്ഷിക്കുന്ന ആഹാരത്തിന്റെ സാരംശത്തെ എത്തേണ്ടിടത്ത് എത്തിക്കുക എന്നിവയാണ് വ്യാനന്റെ കർമ്മം. സമാന വായു പചനത്തിന് സഹായമായ വായുവാണ്. അപാനൻ മലമൂത്രങ്ങൾ, ശുക്ലം, ആർത്തവം, ഗർഭം എന്നിവയെ ശരീരത്തിൽ നിന്നും പുറത്തേക്ക് എത്തിക്കുന്നത് വാതമാണ്.

ഇതുപോലെ പിത്തത്തിനും അഞ്ച് ഭേദങ്ങൾ ഉണ്ട്. പാചക, രഞ്ജ കം, ആലോചകം, സാധകം, ഭ്രാജകം, എന്നിവയാണ് പിത്ത ഭേദങ്ങൾ. പാചകപിത്തം ഈ പിത്തം പചനകർമത്തെ നിർവഹിക്കുന്നു. ആഹാരത്തെ പചിപ്പിക്കുന്ന ദഹനരസങ്ങളുടെ പരിണാമ കർമത്തെ പാചകപിത്തത്തിന്റെ പരിധിയിൽപ്പെടുത്താം.

അന്നത്തിൽ നിന്ന് ഉണ്ടാകുന്ന ആഹാരസാരത്തിന്റെ രസത്തിന് രഞ്ജനം (നിറം നൽകുക) എന്ന കർത്തവ്യം രഞ്ജക പിത്ത ത്തിന്റെയാണ്. നാം കഴിക്കുന്ന ആഹാരത്തിൽ നിന്നാണ് ഹീമോഗ്ലോ ബിൻ ഉണ്ടാകുന്നത്. ഈ ഹീമോഗ്ലോബിൻ ആണ് രക്തത്തിന് നിറം നൽകുന്നത്. രഞ്ജകപിത്തം ഹീമോഗ്ലോബിൻ അല്ല, എന്നാൽ ഇത് ഉൽപ്പാദിപ്പിക്കാനുള്ള അനേകം രാസപ്രവർത്തനങ്ങളുടെ ഓരോ പരി ണാമഘട്ടങ്ങളിലും രഞ്ജകപിത്തത്തിന്റെ പ്രവർത്തനമായി തിരിച്ചറി യേണ്ടതാണ്.

ആലോചകപിത്തം - സൂര്യരശ്മികൾ കണ്ണിൽ പതിച്ച് കാഴ്ച ലഭി ക്കുന്നതിനായി റെറ്റിനയിൽ ധാരാളം രാസപ്രവർത്തനങ്ങൾ നടക്കുന്നു. കാഴ്ച നൽകുന്ന ഈ പരിണാമങ്ങൾക്ക് കാരണം ആലോചക പിത്ത മാണ്.

സാധകപിത്തം - ഹൃദയത്തിലുള്ള പിത്തമാണ് സാധകപിത്തം. ഈ പിത്തം ബുദ്ധിയ്ക്ക് അടിസ്ഥാനമായ രാസപ്രക്രിയകൾക്കും സ്വാഭിമാ നത്തിനും മറ്റും കാരണമാകുന്നു.

ഭ്രാജകം - ത്വക്കിന്റെ ദീപ്തിക്ക് കാരകനായ പിത്തമാണ് ഭ്രാജകം. നമ്മുടെ ത്വക്കിന് നിറം കൊടുക്കുന്ന രാസഘടകങ്ങളുടെ പരിണാമ പ്രക്രിയ ഈ പിത്തത്തിന്റെ സഹായത്തോടെയാണ് നടക്കുന്നത്.

കഫം - ഉരസ്സിൽ സ്ഥിതി ചെയ്ത് ഹൃദയത്തിന് മറ്റും കഫ സ്ഥാന ങ്ങളായ ഹൃദയസന്ധ്യാദികൾക്കും ആവശ്യം വരുന്ന ജലാംശങ്ങൾ എത്തിച്ചുകൊടുക്കുകയാണ് അവലംബക കഫത്തിന്റെ ധർമം. ശരീര ത്തിലെ ദ്രവഭാവമാണ് അവലംബക കഫം. ശരീരത്തിനെ ജലാംശം

കൊണ്ട് തർപ്പണം ചെയ്ത് അവയവങ്ങളെ അവലംബക കഫം സംരക്ഷിക്കുന്നു.

ക്ലേദക കഫം - ആമാശയത്തിലെത്തുന്ന അന്നത്തിന് നനവ് നൽകുന്നു. ആമാശയത്തിലെത്തുന്ന അന്നം ദഹിക്കണമെങ്കിൽ അവിടെ ജലാംശം കൂടിയേ കഴിയൂ. ആമാശയത്തിൽ ഭക്ഷണം എത്തുമ്പോൾ അവിടെ മയമുള്ള ഒരു സാഹചര്യമുണ്ടാക്കാൻ ചില പ്രത്യേക കോശങ്ങൾ സ്ഥിതി ചെയ്യുന്നു. ക്ലേദകകഫം അതിനാൽ ദഹനത്തെ സഹായിക്കുന്ന കഫമാണ്.

ശ്ലേഷക കഫം - സന്ധികളിൽ അസ്ഥി സന്ധികളെ കൂട്ടിച്ചേർത്ത് നിലനിർത്താൻ സഹായിക്കുന്നു.

ബോധക കഫം - രസനയിൽ ഇരുന്ന് രസങ്ങളെ വേർതിരിച്ചറിയാനുള്ള കഴിവുണ്ടാക്കുന്നു. നാവിൽ സ്ഥിതി ചെയ്യുന്ന രസമുകുളങ്ങൾ (ടേസ്റ്റ് ബഡ്സ്) ഉമിനീരിന്റെ സഹായത്തോടെയാണ് രസങ്ങളെ തിരിച്ചറിയുന്നത്. അവിടെ ആ ജലഭാവമാണ് കഫദോഷത്തിന്റെ ഒരു പ്രത്യേക കർമ്മം നിർവഹിക്കുന്നത്.

തർപ്പക കഫം ശിരസ്സിലിരുന്ന് ചക്ഷുരാദി ഇന്ദ്രിയങ്ങളെ തർപ്പണം ചെയ്യുന്നു. കണ്ണ്, മൂക്ക്, വായ, ചെവി ഇവിടെയെല്ലാം ജലസാന്നിധ്യമുണ്ട്. ആ ജലസാന്നിധ്യമാണ് ഈ ഇന്ദ്രിയങ്ങളെ പ്രവർത്തന ക്ഷമമാക്കുന്നത്.

വാതപിത്തദോഷങ്ങളെ ശമിപ്പിക്കുന്നതിന്റെ സാമാന്യ ചികിത്സ

വാതത്തിന്റെ ചികിത്സയിൽ സ്നിഗ്ധഗുണത്തിന് പ്രാധാന്യമുണ്ട്. എന്തെന്നാൽ വാതദോഷം രൂക്ഷമാണ്. അപ്പോൾ വേദനയിൽ എണ്ണയും മറ്റും പ്രയോഗിച്ചാൽ സുഖം കിട്ടുന്നു. ധന്വന്തരം ആവർത്തിച്ച് ഉള്ളിൽ കഴിക്കുന്നത് വാതശമനമാണ്. വാതത്തെ ശമിപ്പിക്കുന്ന ദ്രവ്യങ്ങളുണ്ട്. കുറുന്തോട്ടി ഒരുദാഹരണമാണ്. അവ കാച്ചിയെടുത്ത മരുന്ന് കൊണ്ട് എണ്ണകൾ അകത്തും പുറത്തും ഉപയോഗിക്കുന്നത് വാതത്തെ ശമിപ്പിക്കുന്നു.

ശീതമാണ് മറ്റൊരു വാതഗുണം. അപ്പോൾ ഉഷ്ണഗുണം പ്രയോഗിച്ചാൽ വാതത്തെ ശമിപ്പിക്കാം. ആർത്തവ സമയത്ത് പെൺകുട്ടി കളിൽ കാണപ്പെടുന്ന വയറുവേദന (വേദന-വാത കോപലക്ഷണം) മാറാൻ ഹോട്ട് വാട്ടർ ബാഗ് (Hot water bags) ഉപയോഗിക്കുന്നത് ഈ വിപരീ

തഗുണം കൊണ്ടുള്ള ചികിത്സയെ ഉപയോഗപ്പെടുത്തിയാണ്.

വാതശമനമായ ആഹാരങ്ങൾ മധുര, അമ്ല, ലവണ രസ പ്രധാനവും ഉഷ്ണവുമായിരിക്കണം. തൈലം ദേഹത്ത് തേയ്ക്കാം (അഭ്യംഗം) പതുക്കെ തലോടാം (massage). മരുന്ന് ഉപയോഗിച്ചോ അല്ലാതെയോ വേദനയുള്ള ഭാഗം കെട്ടിവയ്ക്കാം, അമർത്തി തടവാം. വാതശമനമായ ഔഷധങ്ങൾ കൊണ്ട് ധാര ചെയ്യാം. ശരീരത്തിൽ അടിഞ്ഞ് കൂടിയ മാലിന്യങ്ങളെ നീക്കം ചെയ്യാൻ വസ്തി എന്ന പഞ്ചകർമ്മ ചികിത്സാ പ്രയോഗം നടത്താം. ദഹനത്തിന് സാധിക്കുന്നതും ഉദ്ദീപിപ്പിക്കുന്നതുമായ ഔഷധങ്ങൾ പ്രയോഗിക്കാം.

പിത്തത്തിന് നെയ്യ് നൽകി ചികിത്സിക്കണം. പിത്തത്തിന്റെ ശോധനത്തിനായി പഞ്ചകർമ്മത്തിലെ പ്രധാനപ്പെട്ട വിരേചനം (വയറിളക്കുക) ചെയ്യണം. ഉപയോഗിക്കുന്ന മരുന്ന് മധുരവും ശീതവുമായിരിക്കണം. മധുരവും കയ്പ്പുള്ളതും കഷായ രസ പ്രധാനവുമായ ആഹാരം ശീലിക്കുന്നത് പിത്തത്തിനെ ശമിപ്പിക്കുന്നു. പ്രകൃത്യാ ശീതീകരിച്ച അന്തരീക്ഷം, മനസ്സിനും ശരീരത്തിനും കുളിർമയേകുന്ന വെള്ളച്ചാട്ടം, കാനനച്ചോല ഇവ പിത്തത്തെ ശമിപ്പിക്കുന്നു.

'ബലം' നൽകുന്ന ദോഷം എന്ന അവസ്ഥയെ കണക്കിലെടുത്ത കഫത്തെ സമാവസ്ഥയിൽ കൊണ്ടുവരാൻ ഛർദ്ദിപ്പിക്കുക (വമിപ്പിക്കുക) എന്നതാണ് പഞ്ചകർമ്മ ചികിത്സാരീതി, കഫചികിത്സയിൽ ആഹാരം, രൂക്ഷം, തീക്ഷ്ണം, ഉഷ്ണം എന്നിങ്ങനെയും രസങ്ങൾ - എരി, കയ്പ്, കഷായ രസ പ്രധാനവുമായിരിക്കണം. രാത്രി ഉറക്കമൊഴിയുന്നതും കഫത്തെ ശമിപ്പിക്കുന്നു. വ്യായാമം, എണ്ണയില്ലാത്ത തിരുമ്മ് എന്നിവയും ഉപയോഗിക്കണം. അതിൽ തന്നെ ഛർദ്ദിപ്പിക്കൽ (യുക്തമായ ദ്രവ്യങ്ങളെ കൊടുത്ത്) പച്ചക്കറി സൂപ്പ്, തേൻ, മേദസ്സിനെ ഹരിക്കുന്ന ദ്രവ്യങ്ങൾ, ഉപവസിക്കൽ എന്നിവയും കഫശമനമാണ്.

മുകളിൽ സൂചിപ്പിച്ചവ ദോഷശമനത്തിനുള്ള സാമാന്യവിധികളാണ്. ഇത് ഋതുക്കൾക്കനുസരിച്ച് ഏതു വേണമെന്ന് തിരഞ്ഞെടുക്കണം. ഒരു ഋതുവിന്റെ ദോഷകോപമല്ല മറ്റൊരു ഋതുവിൽ സംഭവിക്കുക എന്നതിനാൽ ദോഷകോപത്തിനനുസരിച്ച് ഋതുക്കളിൽ ചികിത്സ തിരഞ്ഞെടുക്കേണ്ടതാണ്.

ആയുർവേദം രോഗങ്ങളെ കുറിച്ച് പ്രതിപാദിക്കുമ്പോൾ *"തേഷാം കായമനോ ഭേദാദധിഷ്ഠാനമപിദ്വിധാ"* എന്നുപറയുന്നു. അതായത് രോഗങ്ങൾക്ക് ശരീരമെന്നും മനസ്സെന്നും രണ്ടു സ്ഥാനങ്ങളുണ്ട്. മനസ്സിനെ

നമുക്ക് കാണാൻ കഴിയുന്നില്ല. മനസ്സിനെ കുറിച്ചുള്ള ഊഹങ്ങളും ഏറെ യാണ്.

മനസ്സും ശരീരവും

രോഗങ്ങൾ ശരീരത്തെയും മനസ്സിനെയും ബാധിക്കാം. ചൂടാക്കിയ പാത്രത്തിൽ നെയ്യൊഴിച്ചാൽ നെയ്യുരുകുന്നതുപോലെ ശരീരത്തിന്റെ പ്രശ്നങ്ങൾ മനസ്സിനെയും മനസ്സിന്റെ പ്രശ്നങ്ങൾ ശരീരത്തെയും ബാധിക്കുന്നു.

മനസ്സിന്റെ ഗുണങ്ങൾ

രജോഗുണവും തമോഗുണവും മനസ്സിന്റെ ദോഷങ്ങളാണ്. മനസ്സിന്റെ ഗുണമാണ് സത്വഗുണം. ഇവ മൂന്നും മനസ്സിന്റെ അംശങ്ങളാണ്. സത്വ ഗുണം ആത്മജ്ഞാനത്തിന്റെയും ആനന്ദത്തിന്റെയും അടയാളമാണ്. രജോഗുണം ക്രോധം, കാമം, അഹങ്കാരം ഇവയുടെ പ്രതീകമാണ്. തമോ ഗുണം ഭയപ്പാട്, അങ്കലാപ്പ് ഇവയെ സൃഷ്ടിച്ച് കർമച്യുതിക്ക് കാരണമാ കുന്നു. മനസ്സിനെ ബാധിക്കുന്ന രോഗങ്ങളിൽ അറിവ്, ധൈര്യം, ആത്മ വിജ്ഞാനം എന്നിവയാണ് ഔഷധങ്ങൾ.

ശാരീരികമായ ദോഷങ്ങൾ വാതപിത്തകഫങ്ങൾ ദുഷ്ടമായാൽ നമു ക്കതിനെ പഞ്ചകർമ്മപ്രയോഗത്തിലൂടെയോ യുക്തമായ ഔഷധ സേവ യിലൂടെയോ പരിഹരിക്കാവുന്നതാണ്. എന്നാൽ മനസ്സ് ദുഷിച്ചാൽ എന്താണ് ചെയ്യേണ്ടത്? ഇവിടെ ശരീരവും മനസ്സും തമ്മിലുള്ള ബന്ധത്തെ കുറിച്ച് പരാമർശിക്കുന്നുണ്ട്. ശാരീരിക ദോഷം മനസ്സിനെയും മനസ്സിന്റെ ദോഷങ്ങൾ അല്ലെങ്കിൽ വ്യാധി ശരീരത്തെയും ബാധിക്കുന്നു. ദീർഘമായി നിലനിൽക്കുന്ന ഒരസുഖം മനസ്സിന് അസ്വ സ്ഥതയും ആകുലതയും ഉണ്ടാക്കുന്നതായി നമുക്ക് അറിവുള്ളതാണ ല്ലോ. അതുപോലെ മനസ്സ് വിഷമിക്കുമ്പോൾ ശ്വാസം മുട്ടലും മറ്റും അനു ഭവപ്പെടുന്നതായി രോഗികൾ പറയാറുണ്ട്. അതായത് മനസ്സും ശരീരവും അരോഗമായിരുന്നാൽ മാത്രമേ വ്യക്തിയെ ആരോഗ്യവാൻ എന്നു പറ യാനാകൂ. ശരീരം ത്രിദോഷങ്ങളെ കൊണ്ടോ ധാതുക്കളെ കൊണ്ടോ ദുഷിച്ച് നശിച്ചാൽ മനസ്സിന് അതോടൊപ്പം ബാധിക്കാതെ തരമില്ല.

ശരീരത്തിന്റെ എല്ലാ രോഗങ്ങളെ ത്രിദോഷാത്മകമായി കാണുന്നു. എങ്കിൽ മനസ്സിനെ രജോഗുണം, തമോഗുണം എന്ന കണ്ണാടിയിലൂടെ വേണം കാണാം. ഈ ദോഷങ്ങളും ഗുണങ്ങളും പഞ്ചഭൂതങ്ങളും

തമ്മിൽ ബന്ധമുണ്ട്.

സത്വഗുണം	-	ആകാശഭൂതം
രജോഗുണം	-	വായുഭൂതം
സത്വരജോഗുണം	-	അഗ്നി
സത്വതമോഗുണം	-	അപ് (ജലം)
തമോഗുണം	-	ഭൂമി

മനസ്സിന്റെ ഔഷധമായി നിർദ്ദേശിച്ചിരിക്കുന്നത് മുൻപ് പറഞ്ഞ പ്രകാരം ആശ്വാസം, സമാധാനം എന്നിവയാണ്. മനസ്സിനെ നിയന്ത്രിക്കുന്നത് വാതമാണ്. അതിനാൽ വാതം കോപിക്കുന്ന കർക്കടകമാസത്തിൽ മനസ്സിന് അസ്വസ്ഥകൾ ഉണ്ടാകാൻ സാധ്യത ഉണ്ട്. മനസ്സിന് സമാധാനം ലഭിക്കാൻ കർക്കടകത്തിലെ ചികിത്സകൾകൊണ്ട് സാധിക്കും. കൂടാതെ ഒരു ആത്മീയാധികാരം ലഭിക്കാൻ വൈകുന്നേരം രാമായണ പാരായണം നിഷ്കർച്ചിരിക്കുന്നു. ത്രിദോഷാത്മകമായ ശരീരം ശുദ്ധി ചെയ്യുന്നതിലൂടെ ലഭിക്കുന്ന ആരോഗ്യം കൂടാതെ മനസ്സിന്റെ പ്രാധാന്യവും കണക്കിലെടുത്ത് മനസുഖം ലഭിക്കാൻ രാമായണ പാരായണം കേരളത്തിൽ നടന്നുവരുന്നു. ജീവിതത്തിന്റെ തിരക്കിൽപെട്ട് മറ്റൊന്നും ശ്രദ്ധിക്കാതെ ഒരു മാത്സര്യ മനസ്സോടുകൂടി യാത്ര ചെയ്യുമ്പോൾ മനസ്സും ശരീരവും ഒരുപോലെ ദുഷിക്കുന്നു. ശരീരശുദ്ധി വരുത്തി മനസ്സിന്റെ ദോഷാത്മകത കണക്കിലെടുത്ത് സത്സംഗം, രാമായണം എന്നിവ ചെയ്യാവുന്നതാണ്. WHO നിർദ്ദേശിച്ചിരിക്കുന്ന തരത്തിലുള്ള ആത്മീയ ആരോഗ്യം അടക്കം പൂർണമായ ആരോഗ്യം കൈവരിക്കുക എന്ന ഉദ്ദേശത്തോടെ തയ്യാറാക്കിയ ഒരു ആരോഗ്യക്രമമാണ് കർക്കടക ചികിത്സ എന്ന് സാരം.

ചുരുക്കി പറഞ്ഞാൽ വാത, പിത്ത, കഫങ്ങളുടെ സ്വസ്ഥത, മനസ്സിന്റെ പ്രസാദഭാവത്തെയും ആരോഗ്യത്തെയും വാതപിത്തകഫങ്ങളുടെ ദുഷ്ടി (അനാരോഗ്യം) മനസ്സിന്റെ അസ്വസ്ഥതയും അനാരോഗ്യത്തെയും സൂചിപ്പിക്കുന്നു. ത്രിദോഷങ്ങളെ ദുഷിപ്പിക്കുന്ന ഘടകങ്ങൾ നമുക്ക് ചുറ്റും എപ്പോഴും നിലനിൽക്കുന്നവയാണ്. ശീതീകരിച്ച മുറിയിൽ ഇരിക്കുക, ഐസ്ക്രീം കഴിക്കുക, ഫാസ്റ്റ് ഫുഡ് കഴിക്കുക, പോഷകാഹാരം കഴിക്കാതിരിക്കുക എന്നിവ അവയിൽ ചിലതു മാത്രമാണ്. മനസ്സിന്റെ പ്രസാദഭാവം മിനുട്ടുകൾ വച്ച് മാറി മറിയുന്നത് നമുക്കുതന്നെ അനുഭവിച്ചറിയാം. വീട്ടിലെ പ്രശ്നങ്ങൾ, സമൂഹത്തിലെ പ്രശ്നങ്ങൾ, ജോലിസ്ഥലത്തെ പ്രശ്നങ്ങൾ എന്നിങ്ങനെ നിരന്തരം മനസ്സിനെ അസ്വസ്ഥ

മാക്കുന്ന ഘട്ടങ്ങളിലൂടെ നാം ഓരോരുത്തരും കടന്നുപൊയ്ക്കൊണ്ടിരിക്കുന്നു. അതിനാൽ ഓരോ വ്യക്തിയും നിരന്തരം ത്രിദോഷങ്ങളെ സന്തുലിതാവസ്ഥയിൽ നിറുത്തി ആരോഗ്യത്തെ നിലനിറുത്താൻ ശ്രമിച്ചുകൊണ്ടേ ഇരിക്കണം. ഇതിനാണ് ദിനചര്യയും ഋതുക്കളിൽ ചെയ്യേണ്ട പ്രത്യേക ചര്യയായ ഋതുചര്യയും ശാസ്ത്രത്തിൽ വിവരിച്ചിരിക്കുന്നത്.

◆

ഋതുചര്യയുടെ പ്രാധാന്യം ആയുർവേദത്തിൽ

ആയുർവേദത്തിൽ വളരെ പ്രാധാന്യം നൽകി ഋതുക്കളേയും ഋതുചര്യയേയും വിവരിച്ചിരിക്കുന്നു. ഋതുചര്യയിൽ ഓരോ ഋതുവിലും നാം പാലിക്കേണ്ട ആരോഗ്യക്രമങ്ങളെ നിഷ്കർഷിച്ചിട്ടുണ്ട്. ഋതു എന്നത് കാലത്തിന്റെ പരിണാമത്തിൽ സംഭവിക്കുന്നതാണ്.

കഴിഞ്ഞ അധ്യായത്തിൽ സൂചിപ്പിച്ച പഞ്ചഭൂതങ്ങൾ തന്നെയാണ് പ്രപഞ്ചത്തിന്റെ അടിസ്ഥാനം. നാം ജീവിക്കുന്ന ഭൂമി ദിവസത്തിലൊരിക്കൽ സ്വയം തിരിയുന്നു. കൂടാതെ സൂര്യനെ കേന്ദ്രമാക്കി വലയം വയ്ക്കുന്നു. ഭൂമി യഥാർത്ഥത്തിൽ മണിക്കൂറിൽ 1600 കി.മീ. വേഗത്തിൽ സഞ്ചരിച്ചുകൊണ്ടിരിക്കുകയാണ്.

ആയുർവേദശാസ്ത്രത്തിൽ പ്രകൃതിയുമായി ചേർന്ന് ജീവിക്കുന്നതിന്റെ ആവശ്യകത ഊന്നിപ്പറയുന്നിടത്ത് കാലത്തിനെയും ഋതുക്കളെയും പരാമർശിക്കുന്നു. അതാത് കാലത്ത് മനുഷ്യരുടെ കർമങ്ങൾ കൊണ്ട് കാലം ദുഷിക്കുകയോ ഗുണമേന്മ ആർജിക്കുന്നതോ ആയി കാണാവുന്നതാണ്. ധർമത്തിന് നിരക്കാത്ത പ്രവർത്തനങ്ങൾ - യുദ്ധം, അണുബോംബ് വിസ്ഫോടനം, വാഹന പുക അധികമാക്കുക എന്നിവ ഈ കാലദുഷ്ടിക്ക് ഉദാഹരണമാണ്. ഇത്തരം പ്രവർത്തനങ്ങൾ ഓസോൺ പാളിക്ക് വിള്ളൽ ഏർപ്പെടുത്തുന്നതായി ശാസ്ത്രീയമായി തെളിയിച്ചിട്ടുള്ളതാണല്ലോ. ചുരുക്കത്തിൽ മനുഷ്യൻ പ്രകൃതിയെ ചൂഷണം ചെയ്യുന്ന അവസ്ഥ ആചാര്യന്മാർ മുൻകൂട്ടി പ്രവചിച്ചതോ, അതോ ആ കാലത്തിൽ തന്നെ, ചൂഷണങ്ങൾ ഉള്ളത് ശ്രദ്ധയിൽപ്പെട്ട് ആ അറിവിനെ ഗ്രന്ഥത്തിൽ ഉദ്ധരിച്ചതോ ആകാം. ചൂഷണത്തിൽ ഭൂമി, വായു, ജലം എന്നിവ ദുഷിക്കുന്നതായും അത് വിപത്തുകളെ ക്ഷണിച്ചു വരുത്തുമെന്നും ഗ്രന്ഥങ്ങളിൽ സൂചിപ്പിച്ചിട്ടുണ്ട്. കാലത്തിന്റെ ദുഷ്ടിയിൽ ഋതുക്കൾ യഥാസമയം വരുന്നില്ലെങ്കിലോ അഥവാ സ്വാഭാവികമായി വരേണ്ട ഋതുക്കൾ വരാതെ മറ്റൊരു ഋതു വരിക എന്നിവയും സംഭവിക്കാം. മനുഷ്യന്റെ പ്രകൃതി ചൂഷണമില്ലെങ്കിൽ സ്വാഭാവികമായും ചാക്രി

കമായി മഴയും മഞ്ഞും വേനലുമെല്ലാം വരേണ്ടതാണ്. എന്നാൽ ഇത് സംഭവിക്കാതെ മഴയും മഞ്ഞും വേനലും യഥാസമയം ഉണ്ടാകാതിരിക്കുകയോ അധികമായോ കുറവായോ ഉണ്ടാകുന്നു. എത്ര പുരോഗമനം നടന്നാലും വന്നുപോയ ആ കാലദുഷ്ടി തടയാൻ മനുഷ്യനെ കൊണ്ട് സാധിക്കില്ല. ചരകസംഹിതയിൽ കാലം ദുഷിച്ചാൽ അത് പരിഹരിക്കാൻ കഴിയുന്നില്ല എന്ന് പ്രസ്താവിക്കുന്നുണ്ട്. കേരളം ഈ അടുത്ത സമയം നേരിട്ട പ്രളയക്കെടുതി ഇതിന് ഉദാഹരണമാണ്. കൊടുങ്കാറ്റുകളുടെ നിര വന്നപ്പോൾ അമേരിക്ക തരിച്ചു നിന്നതും സുനാമി വന്നപ്പോൾ ഉദയസൂര്യന്റെ നാടും ഇന്തോനേഷ്യയും സ്തംഭിച്ചുനിന്നതും നാം കണ്ടതാണ്.

ശിശിരം, വസന്തം, ഗ്രീഷ്മം, വർഷം, ശരത്, ഹേമന്തം എന്നിവയാണ് ആറ് ഋതുക്കൾ. രണ്ട് മാസം കൂടുന്നതാണ് ഒരു ഋതു. അത്തരം 6 ഋതുക്കളാണ് ശിശിരം, വസന്തം, ഗ്രീഷ്മം, വർഷം, ശരത് ഹേമന്തങ്ങൾ.

മാഘം, ഫാൽഗുനം, ചൈത്രം, വൈശാഖം, ജ്യേഷ്ഠം, ആഷാഢം, ശ്രാവണം, പ്രോഷ്ഠപദം, ആശ്വായുജം, കാർത്തികം, മാർഗശീർഷം, പൗഷം എന്നീ പന്ത്രണ്ട് മാസങ്ങളാണ് ശകവർഷത്തിലുള്ളത്. മാഘാദികളായ പന്ത്രണ്ട് മാസങ്ങൾ ചേർന്നതാണ് ശിശിരാദികളായ ആറ് ഋതുക്കൾ.

മാഘം, ഫാൽഗുനം	-	ശിശിരം
ചൈത്രം, വൈശാഖം	-	വസന്തം
ജ്യേഷ്ഠം, ആഷാഢം	-	ഗ്രീഷ്മം
ശ്രാവണം, പ്രോഷ്ഠപദം	-	വർഷം
ആശ്വയുജം, കാർത്തികം	-	ശരത്
മാർഗശീർഷം, പൗഷം	-	ഹേമന്തം

അപ്പോൾ ഒരു വർഷം തീരുമ്പോൾ ഋതുക്കൾ അവസാനിക്കുന്നു.

ശകവർഷമാസങ്ങൾ പേരും അർത്ഥവും

മിക്കവാറും പൗർണമി വരുന്നതിനെ ആശ്രയിച്ചാണ് പേര് നൽകിയിരിക്കുന്നത്.

മാഘം	-	പാപമില്ലാത്തത് (മകം)
ഫാൽഗുനം	-	സുഖത്തെ തരുന്ന കാലം (ഉത്രം)
ചൈത്രം	-	പുഷ്പങ്ങളിൽ മധു നിറയുന്ന കാലം

		(പൂക്കാലം) അഥവാ ചിത്തിര
വൈശാഖം	-	വിശാഖ നക്ഷത്രത്തിലാണ് പൗർണമി വരുന്നത്
ജ്യേഷ്ഠം	-	തൃക്കേട്ട നക്ഷത്രത്തിൽ പൗർണമി വരുന്നു.
ആഷാഢം	-	പൂരാടം, ഉത്രാടം നക്ഷത്രത്തിൽ പൗർണമി ഉണ്ടാകുന്നു.
ശ്രാവണം	-	തിരുവോണ നക്ഷത്രത്തിൽ പൗർണമി ഉണ്ടാകുന്നു.

പ്രോഷ്ഠപദം (ഭാദ്രം) - പുരുരൂട്ടാതി, ഉത്തൃട്ടാതി നക്ഷത്രങ്ങളോട് ചേർന്ന് പൗർണമി ഉണ്ടാകുന്നു. ഈ നക്ഷത്രങ്ങൾക്ക് പശുവിന്റെ കാൽപോലെയാണ് കാഴ്ചയിൽ ആകൃതി. അതിനാൽ പ്രോഷ്ഠപദം.

അശ്വിനം	-	അശ്വതി നക്ഷത്രത്തോട് കൂടി പൗർണമി വരുന്നു.
മാർഗശീർഷം	-	മകയിരം നക്ഷത്രത്തോടുകൂടി പൗർണമി വരുന്നു.
പൗഷം	-	പൂയം നക്ഷത്രത്തോടു കൂടി പൗർണമി വരുന്നു.

ഇനി ഋതുക്കളുടെ നാമകരണ പ്രത്യേകതകൾ നോക്കാം.

ശിശിരം എന്നാൽ തണുപ്പ്. അതിനാൽ ഈ ഋതുവിൽ പ്രായേണ സുഖകരമായ തണുപ്പ് അനുഭവപ്പെടുന്നു എന്നർത്ഥം. ഈ ഋതുവിൽ വൃക്ഷാദികൾ ഇലപൊഴിച്ച് പ്രകൃതി അതീവ സുന്ദരമായി കാണപ്പെടും.

വസന്തം - വസന്തം മദനന്റെ ഉത്സവകാലമാണ്. അതായത് കാമദേവൻ തന്റെ അമ്പ് തൊടുക്കുന്ന സമയം. ഭൂമിയിലെ പുഷ്പങ്ങളാകെ പൂത്തുലഞ്ഞു നിൽക്കുന്ന സമയം എന്നാണ് ഐതിഹ്യം. പൊതുവേ പറഞ്ഞാൽ ഉത്സവകാലം ആണ് വസന്തം.

ഗ്രീഷ്മം - രസമെല്ലാം ഊറ്റിയെടുക്കപ്പെടുന്ന കാലം. അതായത് സൂര്യന്റെ തീക്ഷ്ണമായ രശ്മി ഭൂമിയിൽ പതിച്ച് എല്ലാ സൗമ്യഭാവങ്ങളെയും വറ്റിച്ചുകളയുന്ന കാലം.

വർഷം - മഴ വർഷിക്കുന്ന സമയമാണ് വർഷം. വർഷകാലം സാധാ

രണയായി കർക്കിടകത്തിലാണ് കണ്ടുവരുന്നത്.

ശരത് - ധാന്യങ്ങൾ വിളവെടുക്കുന്ന കാലം.

ഹേമന്തം - സന്താപത്തെ നശിപ്പിക്കുന്ന കാലം അഥവാ താപത്തെ നശിപ്പിച്ച് തണുപ്പ് കൂടുതലായി അനുഭവപ്പെടുന്ന സമയം.

ഋതുക്കളും കലണ്ടറും താരതമ്യം ചെയ്താൽ

ശിശിരം	ജനുവരി, മാർച്ച്
വസന്തം	മാർച്ച്, മെയ്
ഗ്രീഷ്മം	മെയ്, ജൂലൈ
വർഷം	ജൂലൈ, സെപ്തംബർ
ശരത്	സെപ്തംബർ, നവംബർ
ഹേമന്തം	നവംബർ, ജാനുവരി

പ്രകൃതിയിലെ ഈ വ്യതിയാനങ്ങൾ സ്വാഭാവികമായും ശരീരത്തിൽ പ്രതിഫലിക്കും. ഇത് വൈദ്യ വിദ്യാഭ്യാസം ലഭിച്ചിട്ടില്ലാത്ത സാധാരണ ക്കാർക്കും ശ്രദ്ധിച്ചാൽ മനസ്സിലാകുന്നതാണ്. വർഷക്കാലത്ത് നാം ശീലി ക്കുന്ന ജീവിതചര്യയായിരിക്കില്ല വേനൽകാലത്ത് ശീലിക്കുന്നത്. വർഷം, ശരത്, ഹേമന്തം എന്നീ ഋതുക്കളെ ആയുർവേദ ഗ്രന്ഥങ്ങളിൽ ദക്ഷിണായന സമയമായും ശിശിരം, വസന്തം, ഗ്രീഷ്മം എന്നീ സമയം ഉത്തരായനമായും കണക്കാക്കിയിരിക്കുന്നു. ഉത്തരായനത്തിൽ സൂര്യന്റെ ചൂട് കൂടുതലായി ഭൂമിയിൽ അനുഭവപ്പെടുന്നു. ചൂട് കൂടുമ്പോൾ നാം തളരുന്നത് നമുക്ക് തന്നെ അറിയാവുന്നതാണല്ലോ. നമ്മൾ സാധാരണ നടക്കുന്ന ദൂരം ഉത്തരായന സമയത്ത് നടന്നാൽ വിയർത്ത് ക്ഷീണിത രാകും. അതിനാൽ ബലം നഷ്ടപ്പെടുന്ന കാലം എന്ന കണക്കിൽ ഈ കാലത്തെ ആദാനകാലം എന്ന് പറയപ്പെടുന്നു. എന്നാൽ വർഷം, ശര ത്, ഹേമന്തം എന്നീ മാസങ്ങളിൽ തണുപ്പിൽ നിന്ന് ലഭിക്കുന്ന സുഖം നിമിത്തം കൂടുതലായി ബലം അനുഭവപ്പെടുന്നു. ഈ കാലത്തെ വിസർഗ കാലമെന്ന് (ബലം വിട്ട് തരുന്ന കാലം) പറയപ്പെടുന്നു.

ബലം എന്നാൽ വ്യാധിയെ പ്രതിരോധിക്കാനുള്ള ശരീരത്തിന്റെ കഴിവ് ആ നിലയ്ക്ക് പ്രകൃത്യാ ഒരു വ്യക്തിക്ക് ജനുവരി മുതൽ ജൂലൈ വരെ ബലം കുറവും ജൂലൈ മുതൽ ഡിസംബർ വരെ നല്ല ബലം ലഭി ക്കുന്ന കാലവുമാണ്. ബലം നമുക്ക് ലഭിക്കുന്നത് ഋതുക്കളുടെ മാത്രം സഹായത്താലല്ല. നാം കഴിക്കുന്ന ഭക്ഷണം, അതിന്റെ ഗുണം, ജീവിത ചര്യ, വയസ്സ് എന്നിവയെ ഒക്കെ ആശ്രയിച്ചാണ് ബലം ഉണ്ടാകുന്നത്.

80 വയസ്സുകാരൻ 20 വയസ്സുകാരനെ അപേക്ഷിച്ച് ബലം കുറഞ്ഞാണല്ലോ കാണപ്പെടുന്നത്. ആരോഗ്യത്തെ ആഗ്രഹിക്കുന്ന ഒരു വ്യക്തി ഈ തത്വത്തെ സമഗ്രമായി ഉൾക്കൊണ്ട് ശരീര ബലത്തെ നിലനിർത്തേണ്ടതാണ്. അതായത് ഋതുവിൽ ബലം കുറയുമ്പോൾ അത് ആഹാരത്തിൽ പോഷകതത്ത്വം ഉയർത്തി, ചര്യ ക്രമപ്പെടുത്തി, ബലം സംരക്ഷിക്കണം. ബലം പ്രകൃതി കനിഞ്ഞ് നൽകുന്ന സമയം (വിസർഗ കാലത്ത്) ശരീരത്തെ ആ ബലം സ്വീകരിക്കാൻ പ്രാപ്തമാക്കി ശുദ്ധി ചെയ്ത് എടുക്കണം. ഇത് ബലം കുറയുന്ന മാസങ്ങളിലെ ശരീര പ്രതിരോധശക്തിയെ ഉത്തേജിപ്പിക്കാനോ നിലനിർത്താനോ സാധിക്കും.

മഴ, മഞ്ഞ്, വേനൽ എന്നിങ്ങനെയുള്ള പ്രകൃതിയിലെ ഭാവമാറ്റങ്ങൾ കൃത്യമായിട്ടുള്ള ഋതു ഉത്തരേന്ത്യയിൽ കാണപ്പെടുന്നു. എന്നാൽ ദക്ഷിണേന്ത്യയിലെ സ്ഥിതി ഇതിൽ നിന്ന് വ്യത്യസ്തമാണ്.

ദക്ഷിണേന്ത്യയിൽ മഞ്ഞ് കുറവായും മഴ കൂടുതലായുമുള്ള കാലാവസ്ഥയാണ് അനുഭവപ്പെടുന്നത്. ഇത് കണക്കിലെടുത്ത് സുശ്രുതാചാര്യൻ ശിശിര ഋതുവിന് പകരം 'പ്രാവൃട്' എന്ന ഋതു കൂടി ചേർത്താണ് ഋതുക്കളെ നിശ്ചയിച്ചിരിക്കുന്നത്. 'പ്രാവൃട്' എന്നാൽ പ്രകർഷേണ വൃട്ടോട് കൂടിയത് അല്ലെങ്കിൽ മഴ എന്നർത്ഥം.

കേരളത്തിലെ ഋതുഘടന

ഇന്ത്യൻ ഭൂപടത്തിന്റെ തെക്കുഭാഗത്ത് കിടക്കുന്ന കേരളത്തിന്റെ ഋതു സുശ്രുതചാര്യൻ നിർദ്ദേശിച്ചതിൽ നിന്നും അല്പം വ്യത്യസ്തമായിട്ടുള്ളത്. കേരളത്തിൽ ടൂറിസ്റ്റുകളെ ആകർഷിക്കുന്ന റെയ്ൻ ടൂറിസം (Rain tourism) എന്ന കാഴ്ചപ്പാട് ഉണ്ടായത് ഇടവപ്പാതിയെയും തുലാവർഷത്തെയും കണക്കിലെടുത്താണ്. ഏപ്രിൽ, മെയ് മാസങ്ങളിലുണ്ടാകുന്ന താപവർദ്ധനയാൽ വായു മുകളിലേക്ക് ഉയരുകയും ആ ന്യൂന മർദ്ദമേഖലയിൽ കടലിൽ നിന്നും വരുന്ന ശീതവായു തള്ളിക്കയറി ജൂൺ, ജൂലൈ മാസങ്ങളിൽ ഇടവപ്പാതി എന്ന കാലവർഷത്തിനു കാരണമായി തീരുന്നു. ഈ ന്യൂനമർദ്ദം പിന്നീട് നമ്മുടെ അയൽസംസ്ഥാനങ്ങളിലേക്ക് മാറി പോകുന്നു. അതിനാൽ ശിശിരത്തിലെ മഞ്ഞ് ഇവിടെ അനുഭവപ്പെടുന്നില്ല. തുടർന്ന് ഒക്ടോബർ, നവംബർ മാസത്തിൽ ഇവിടെ പ്രാവൃട്ട് ലഭിക്കുന്നതിനാൽ ശിശിരം വരേണ്ട സമയത്ത് ഹേമന്തം സംഭവിക്കുന്നു.

കർക്കടകം, വർഷ - ശരത് - ഋതുക്കളിൽ അന്തർലീനമായി കാണപ്പെടുന്നു. വിസർഗകാലം (ബലം ലഭിക്കുന്ന) ഇവിടെ തുടങ്ങുന്നു എന്നിരുന്നാലും കലണ്ടർ നോക്കിയാൽ അത് ഉത്തരായനം അഥവാ ബലം

നശിച്ച് നിൽക്കുന്ന കാലത്തിന്റെ അവസാനവും ബലം ലഭിക്കുന്ന കാല ത്തിന്റെ തുടക്കവുമായിരിക്കുന്നതായി കാണാം.

ആരോഗ്യം നിലനിർത്താനും രോഗപ്രതിരോധ ശക്തി ഉണ്ടാക്കാനും ഓരോ ഋതുവിലും അവയ്ക്കനുസരിച്ചുള്ള ആഹാരം വിഹാരാദികൾ ശീലിക്കണം. ഇതിനെ ആയുർവേദത്തിൽ ഋതുചര്യ എന്ന് അറിയ പ്പെടുന്നു. ഋതുസന്ധി എന്നാൽ ഒരു ഋതുവിന്റെ അവസാനത്തെ 7 ദിവ സവും അടുത്ത് വരുന്ന ഋതുവിന്റെ ആദ്യ 7 ദിവസവും ചേർന്നതാണ്.

ദോഷങ്ങളും ഋതുക്കളും

ഓരോ ഋതുവിലും ആ ഋതുവിന്റെ ശീത, താപങ്ങൾക്കനുസരിച്ച് ത്രിദോഷങ്ങൾ വർദ്ധിക്കുകയും ശമിക്കുകയും ചെയ്യുന്നു. ഇത് മൂന്നവ സ്ഥയിലാണു പ്രകടമാകുന്നത് - ചയം, കോപം, ശമം.

ദോഷങ്ങൾ	ചയം	കോപം	ശമം
വാതം	ഗ്രീഷ്മം	വർഷം	ശരത്
പിത്തം	വർഷം	ശരത്	ഹേമന്തം
കഫം	ശിശിരം	വസന്തം	ഗ്രീഷ്മം

1) ചയം - ചയമെന്നാൽ ത്രിദോഷങ്ങൾ സ്വന്തം സ്ഥാനത്ത് വർദ്ധി ക്കുന്ന അവസ്ഥ. വർദ്ധിക്കുന്ന ദോഷങ്ങൾ ചര്യകൾക്കനുസരിച്ച് ശമിക്കാം.

2) കോപം - ഇത് രണ്ടാമത്തെ അവസ്ഥ. വർദ്ധിച്ച ദോഷങ്ങൾ വീണ്ടും അപത്ഥ്യമായ ചര്യ തുടരുന്നുവെങ്കിൽ അടുത്ത അവ സ്ഥയായ കോപത്തിലെത്തുന്നു. ഓരോ ദോഷത്തിനും കഴിഞ്ഞ അധ്യായത്തിൽ പറഞ്ഞതുപോലെ കർമങ്ങളുണ്ട്. കോപിച്ച ദോഷ ങ്ങൾ സ്വന്തം കർമങ്ങൾ ചെയ്യുന്നില്ല എന്നു മാത്രമല്ല ശരീരത്തിന് കേടുപാട് ഉണ്ടാകുന്നു.

3) ശമനം - കോപിച്ച ദോഷങ്ങളെ പത്ഥ്യാഹാരവിഹാരാദികൾ കൊണ്ടോ ചികിത്സ കൊണ്ടോ ശമിപ്പിക്കാവുന്നതാണ്. ഗ്രീഷ്മ ത്തിൽ (വേനലിൽ) സൂര്യതാപം അധികമായതിനാൽ സൗമ്യഭാ വമായ കഫദോഷം ക്ഷയിക്കുന്നു. കഫവും വാതവും വിപരീത ആനുപാതത്തിൽ (Negative Corelation) ആണ് സ്ഥിതി ചെയ്യുന്ന ത്. അതായത് കഫം ക്ഷയിച്ചാൽ വാതം വർധിക്കുന്നു.

കർക്കടകം ആകുമ്പോൾ വാതം പിന്നേയും വർദ്ധിക്കുന്നു. ശരത് ഋതുവിൽ അത് തന്നതാനെ ശമിക്കും. ഇങ്ങനെ ഓരോ ദോഷങ്ങളും ഋതുക്കൾക്കനുസരിച്ച് മാറുന്നതു കാണാവുന്നതാണ്. വർഷത്തിൽ വാതം കോപിച്ചെങ്കിൽ പിത്തദോഷം ചയം എന്ന അവസ്ഥയിലും പിന്നെ ശരത് ഋതു ആകുമ്പോൾ കോപത്തിലേക്കും കടക്കുന്നു. അപ്പോൾ കർക്കടകചര്യയിൽ പരിപാലിച്ച് പോകേണ്ട ദോഷങ്ങൾ - വാതവും പിത്തവുമാണ്. കർക്കടകത്തിന്റെ തുടക്കത്തിൽ തീരേ കുറവായിരിക്കുന്ന ബലം പ്രകൃത്യാ കൂടി വരാൻ സാധ്യതയുണ്ട്. പക്ഷേ ഈ സമയം വളരെ കരുതലോടെ കാണേണ്ട സമയമാണ്. എന്തെന്നാൽ ബലം തീരെ കുറവ് ആയ അവസ്ഥയിൽ നിന്ന് പതുക്കെ ബലം കൂട്ടിവരണം. പ്രകൃതി നൽകുന്ന ബലത്തെ സ്വീകരിക്കാൻ ശരീരത്തെ ഒരുക്കണം. മഴ പെയ്യുമ്പോൾ മലിനമായ പാത്രത്തിൽ വെള്ളം ശേഖരിച്ചാൽ എന്താണ് പ്രയോജനം? എത്ര പണിപ്പെട്ടാലും കൃത്രിമമായി നാം ഉണ്ടാക്കിയെടുക്കുന്ന ബലം സ്വാഭാവികമായി പ്രകൃതി കനിയുന്ന ബലത്തിനോളം വരില്ല. ഈ അവസ്ഥ മനസ്സിലാക്കി കേരളത്തിന്റെ കാലാവസ്ഥയ്ക്കനുസൃതമായി വൈദ്യന്മാരുടെ നിരന്തര പരിശ്രമത്താലും സ്വാനുഭാവത്താലും ഉണ്ടാക്കിയെടുത്ത ചികിത്സ രീതിയാണ് കർക്കടക ചര്യ. കർക്കടക ചര്യ പോലെ തന്നെ പ്രധാനമാണ് മറ്റ് ചര്യകളും. ദേഹത്ത് എണ്ണ തേയ്ക്കൽ ആഴ്ചയിൽ ഒരു ദിവസം നിശ്ചയിച്ചിട്ടുണ്ടല്ലോ. നിത്യവും എണ്ണ തേച്ച് കുളിക്കണമെന്നാണ് ശാസ്ത്രവിധി. പക്ഷേ തിരക്കു പിടിച്ച ജീവിതശൈലിയിൽ ഒരു വിധം നടക്കാവുന്നതാണ് ആഴ്ചയിലൊരിക്കലെങ്കിലുമുള്ള എണ്ണ തേയ്പ്. ഇതുപോലെ ഋതുചര്യകൾ എല്ലാം തന്നെ അനുസരിക്കേണ്ടതാണ്. അതായത് വേനലിൽ വേനലിന്റെ ചര്യയും മഞ്ഞ് കാലത്തെ അതിനുതകുന്ന ചര്യയും ചെയ്യേണ്ടതാണ്. വേനലിൽ ശീലിക്കേണ്ടത് മഴക്കാലത്ത് ശീലിക്കാൻ പാടില്ല. അതുപോലെ മഴക്കാലത്ത് ശീലിക്കാൻ പറയുന്നത് വേനൽക്കാലത്ത് ചെയ്യാൻ പാടില്ല. പക്ഷേ വർഷത്തിലൊരിക്കൽ ബലം തീരെ ക്ഷയിച്ച് എന്നാൽ ശ്രദ്ധിച്ചാൽ ബലം വർദ്ധിക്കാൻ സഹായിക്കുന്ന ചര്യ എന്ന നിലയിൽ കർക്കടക ചികിത്സക്ക് പ്രചാരം സിദ്ധിച്ചു. വർഷത്തിലൊരു മാസം ആയുർവേദ മരുന്ന് സേവിച്ച് പഥ്യം ശീലിക്കുന്നത് ആരോഗ്യം ആഗ്രഹിക്കുന്ന വ്യക്തി ചെയ്യേണ്ടതാണ്. ബലം തീരെ കുറഞ്ഞിരിക്കുന്ന അവസ്ഥയിൽ നിന്ന് ബലം വർദ്ധിപ്പിക്കുവാൻ ചെയ്യുന്ന ചര്യയാണ് കർക്കടകചര്യ.

കർക്കടകത്തിലെ ദോഷങ്ങളുടെ ചയകോപാവസ്ഥ

വേനലിൽ ചുട്ടുപഴുത്തു നിൽക്കുന്ന ഭൂമിയിൽ മഴ പതിക്കുന്നതോടെ അമ്ലരസം ഉണ്ടാകുന്നു. ഈ കാലാവസ്ഥയുടെ പ്രത്യേകത കാരണം ദഹനത്തിനു സഹായിക്കുന്ന അഗ്നി അല്ലെങ്കിൽ പചന ശക്തി അൽപ്പം മന്ദീഭവിക്കുന്നു.

വർഷകാലത്ത് കാണുന്ന രോഗങ്ങളെ പരിശോധിച്ചാൽ ദഹനത്തിന്റെ ദുർബലത കാണാവുന്നതാണ്. വേനൽകാലത്ത് കരയിലുള്ള മാലിന്യങ്ങൾ വർഷകാലത്ത് ജലാശയങ്ങളിലെത്തുകയും ജലാശയങ്ങൾ മലിനമാവുകയും ചെയ്യുന്നു. മലിനജല ഉപയോഗം കൊണ്ട് അതിസാരം, പ്രവാഹിക/വയറുകടി (ameobic dysentry) വിഷസൂചിക (cholera) ഇത്യാദി രോഗങ്ങളുണ്ടാകാനുള്ള സാധ്യത വളരെ കൂടുതലാണ്.

ശീതഗുണം ഉള്ള വർഷത്തിൽ/കർക്കടകത്തിൽ വാതദോഷം കോപിക്കുന്നു. ഈ ദുഷ്ടവായു പിത്ത കഫങ്ങളെ കൂടി ദുഷിപ്പിക്കാൻ തുടങ്ങുന്നു. ചുട്ടുപഴുത്തു കിടക്കുന്ന ഭൂമിയിൽ മഴ പെയ്യുമ്പോൾ ഭൂമിയിൽ നിന്നുയരുന്ന ബാഷ്പം കൊണ്ട് അമ്ലരസ പ്രധാനമായ പിത്തത്തിന് അന്തരീക്ഷ സമ്പർക്കത്താൽ ദുഷ്ടി അഥവാ ചയം സംഭവിക്കുന്നു. ചയിക്കുന്നു എന്നുപറഞ്ഞാൽ സ്വന്തം സ്ഥാനത്ത് നിന്ന് വർദ്ധിക്കുന്നു എന്നാണർഥം. അരിമാവ് പുളിപ്പിക്കാൻ വയ്ക്കുമ്പോൾ പൊങ്ങുന്ന

അവസ്ഥയാണ് ചയം. പൊങ്ങി കളഞ്ഞ് പരന്ന് ഒഴുകിയാൽ കോപം എന്ന അവസ്ഥ. മറ്റൊരു ഉദാഹരണം - ഡാമിൽ വെള്ളം കെട്ടി നിൽക്കുന്നു. വെള്ളത്തിന്റെ സ്വാഭാവികകമായ അളവിനുമീതെ ഉയർന്നാൽ ചയം. ഡാം പൊട്ടി സമീപപ്രദേശത്തേക്ക് പ്രവഹിച്ചാൽ കോപമെന്ന അവസ്ഥ. അന്തരീക്ഷത്തിൽ തകർത്തു പെയ്യുന്ന മഴയുടെ ശീതം എന്ന ഗുണം പിത്തത്തിന്റെ ഉഷ്ണത്തിന് വിപരീതമായ ഗുണമാണ്. കർക്കടകത്തിൽ കോപിക്കുന്നത് വാതദോഷമാണ്. ചലം അല്ലെങ്കിൽ അനങ്ങുക എന്നതു വാതത്തിന്റെ വളരെ പ്രധാനപ്പെട്ട ഒരു ഗുണമാണ്. ഋതുവിന്റെ പ്രത്യേകത കൊണ്ട് ചലത്തിന്റെ ഡിഗ്രി കൂടുന്നു എന്നു കരുതുക. അത് ശരീരത്തിന് വളരെയേറെ വിഷമങ്ങളെ ഉണ്ടാക്കുന്നു. പ്രായേണ കഫത്തിന് വിപരീതമായ ഗുണങ്ങളാൽ സ്ഥിതി ചെയ്യുന്ന ദോഷമാണ് വാതം. കഫം നേരത്തെ സൂചിപ്പിച്ചത് പോലെ ബലത്തെ ഉണ്ടാക്കുന്നതിന് സഹായകമായ ദോഷമാണ്. വാതം വർദ്ധിച്ചാൽ ബലം കുറയുന്നു. വർദ്ധിച്ച വാതത്തെ ശമിപ്പിച്ച് ദോഷങ്ങളെ സമാവസ്ഥയിൽ കൊണ്ടുവന്ന് ശരീരത്തിന്റെ ബലത്തെ (ഊർജ്ജത്തെ) വർദ്ധിപ്പിക്കുന്നതിന് സഹായിക്കുന്ന ചര്യയാണ് കർക്കടകചര്യ.

വാതം കോപിച്ചാൽ കാണുന്ന ലക്ഷണങ്ങളിൽ ഏറ്റവും പ്രധാനപ്പെട്ടതാണ് ശരീരത്തിൽ അനുഭവപ്പെടുന്ന വേദനകൾ. നമുക്ക് പലതരത്തിലുള്ള വേദന അനുഭവപ്പെടാം നടുവേദന, കഴുത്ത് വേദന, മുട്ടുവേദന, തരിപ്പ് മുതലായവ. ചെറിയ വേദന, അടിക്കുന്നപോലെയുള്ള വേദന എന്നിങ്ങനെ പലതരം വേദനകളുണ്ട്. എവിടെ വേദന അനുഭവപ്പെടുന്നുവോ അവിടെ വാതദോഷം കോപിച്ചിരിക്കുന്നു എന്ന് മനസ്സിലാക്കണം.

ഏതെങ്കിലും തരത്തിലുള്ള ചൂട് ശരീരത്തിലുണ്ടെങ്കിൽ അവിടെ പിത്തമുണ്ടെന്ന് മനസ്സിലാക്കണം. അത് പനിയാകാം, ചുട്ടു നീറ്റലാകാം, ദാഹമാകാം.

നീർക്കെട്ട് ആണ് കഫദോഷകോപത്തിൽ പരമപ്രധാനമായി കാണുന്ന ഒരു ദോഷകോപലക്ഷണം. ദോഷങ്ങൾ വർദ്ധിക്കുമ്പോൾ കാണുന്ന ലക്ഷണങ്ങൾ അവയുടെ വർദ്ധനവിന്റെ തോത് അനുസരിച്ച് വ്യത്യാസപ്പെടാം. ശമിച്ചാൽ അവ ശരീരത്തിൽ നിർവഹിക്കേണ്ട കർമങ്ങളെ ഭംഗിയായി നിർവഹിക്കുന്നു. ഋതുക്കളുടേയും ആഹാരവിഹാരങ്ങളുടേയും വ്യതിയാനം കൊണ്ട് ത്വരിതഗതിയിൽ ദോഷങ്ങൾ കോപാവസ്ഥയിൽ എത്തപ്പെടുന്നു. എന്നാൽ അത് ശമിക്കുന്നത് കോപവസ്ഥയിൽ എത്തുന്ന വേഗതയിലായിരിക്കില്ല. ശമിക്കാൻ സമയമെടുക്കുന്നു. ഉദാഹരണമായി വെള്ളപ്പൊക്കത്തിൽ വെള്ളം പെട്ടെന്ന് കര കടക്കും.

പക്ഷേ തിരിച്ചിറങ്ങാൻ താമസിക്കുന്നതുപോലെ. കർക്കടകത്തിൽ വാതകോപം, പിത്തചയം എന്നിവയ്ക്ക് വിപരീതമായ രീതിയിലാണ് ചികിത്സ ചെയ്യേണ്ടത്.

ശീതത്തിൽ ചയിച്ചു വർധിച്ച ദോഷങ്ങളെ വസന്തത്തിലാണ് പുറത്ത് കളയേണ്ടത്. വേനലിലും വർഷത്തിലുമുള്ള ദോഷത്തിന്റെ ചായകോപങ്ങളെ വർഷത്തിലും ശരത്തിലുമാണ് ശോധിപ്പിച്ചു കളയേണ്ടത്. കർക്കടകത്തിൽ വാതപിത്തദോഷങ്ങളെ കണക്കിലെടുത്തും കഫദോഷത്തെ സമീകരിക്കാനുള്ള വഴിയാണ് നോക്കേണ്ടത്. സാമാന്യമായ ദോഷ സമീകരണ കഴിഞ്ഞ അദ്ധ്യായത്തിൽ വിവരിച്ചെങ്കിലും വ്യക്തിയുടെ പ്രകൃതിക്കും ദോഷകോപത്തിന്റെ ഏറ്റക്കുറച്ചിലുകൾക്കുമനുസരിച്ച് ഇവയ്ക്ക് വ്യത്യാസം ഉണ്ടാകും.

◆

പരിസ്ഥിതി മലിനീകരണം

ഭൂമി, വെള്ളം, തേജസ്സ്, വായു, ആകാശം എന്നീ അഞ്ച് തത്വങ്ങൾ മുൻ അധ്യായത്തിൽ സൂചിപ്പിച്ചതുപോലെ പഞ്ചഭൂതഗണത്തിൽ വരുന്നു. ഇവയിൽ ഏതു ദുഷിച്ചാലും ജനങ്ങൾ രോഗബാധികരാകാം. ജനപദങ്ങളെ ദുഷിപ്പിക്കുന്നവ വായു, വെള്ളം, ദേശം, കാലം എന്നിവയാണ്. ഇതിൽ വായു ദുഷിച്ചാൽ മഴക്കാലം വരേണ്ടിടത്ത് വേനൽ വരും. തിരിച്ചും സംഭവിക്കും. ഋതുക്കൾ ശക്തവും അസാധാരണമായി വരും. അതിവൃഷ്ടിയോ, അനാവൃഷ്ടിയോ വരാം. വായു മലീമസപ്പെട്ടാൽ അന്തരീക്ഷത്തിൽ അസാധാരണ ഗന്ധമോ, ജലകണമോ, പുകയോ പൊടിയോ കാണും.

കർക്കടകകാലത്ത് വെള്ളമാണ് ദുഷിക്കാൻ സാധ്യതയുള്ളത്. വെള്ളത്തിന് വികൃതമായ ഗന്ധം, വർണ്ണം, സ്വാദ്, സ്പർശം എന്നിവയുമുണ്ടാകുന്നു. ജലജീവികളും പക്ഷിമൃഗാദികളും ദുഷിച്ച ജലം ഉപേക്ഷിക്കുന്നതായി കണ്ടു വരാറുണ്ട്. വെള്ളത്തോടൊപ്പം ചിലപ്പോൾ ദേശവും ദുഷിച്ചെന്നു വരാം. ഈർപ്പം അധികരിക്കുക, ദുഷ്ടപ്രാണികൾ വർധിക്കുക, കാടുണങ്ങുക, കാറ്റടിക്കുക, പക്ഷികൾ പരിഭ്രാന്തരാകുക, നദികൾ പെട്ടെന്ന് കലങ്ങി മറിഞ്ഞ് നിറഞ്ഞൊഴുകുക, മുഴക്കത്തോടു കൂടി ഇടിയുണ്ടാകുക എന്നിവ ദേശത്തിന് സംഭവിക്കുന്ന അനാരോഗ്യ ലക്ഷണമായി അറിയണം.

ഇതിൽ വായുവും വെള്ളവും ദുഷിച്ചാൽ ഏറെ അപകടമാണ്. അതിനാൽ ഇത്തരം സന്ദർഭങ്ങളിൽ പഞ്ചകർമ്മചികിത്സ ചെയ്ത് ദേഹശുദ്ധി വരുത്തി രസായന ചികിത്സ ചെയ്യണം. ശരീരത്തെ മരുന്നുകൾ കൊണ്ട് സംരക്ഷിക്കണം. സത്യം, ഭൂതദയ, ദാനാദി കർമ്മങ്ങൾ,സത്സംഗം ഇവ മാനസിക സന്തുലിതാവസ്ഥ സമീകരിക്കാനുള്ള പ്രതിവിധികൾ ആണ്. കർക്കടകം രാമായണമാസമായി ആചരിക്കാനുള്ള ഒരു കാരണം ഇതാണ്.

എന്താണ് പഞ്ചഭൂതങ്ങൾ ദുഷിക്കാനുള്ള കാരണം?

ആയുർവേദത്തിൽ 'പ്രജ്ഞാപരാധം' എന്ന ഒരു സങ്കൽപ്പം ഉണ്ട്.

നാം ചെയ്യുന്നത് തെറ്റാണ് എന്നറിഞ്ഞിട്ടും തുടർന്നും അതു തന്നെ ചെയ്യുക. ഉദാഹരണം സിഗരറ്റ് വലിക്കുന്നവർക്ക് അത് ശരീരത്തിന് ഹാനികരമാണെന്ന് നന്നായിട്ടറിയാം. എന്നാലും വീണ്ടും വലിക്കുന്നു. ഇത് പ്രജ്ഞാപരാധമാണ്. ബുദ്ധിക്ക് വിഭ്രംശം സംഭവിച്ച് ഏത് അശുഭ കർമം ചെയ്യുന്നുവോ, ഇത് സകല ദോഷങ്ങളേയും പ്രകോപിപ്പിക്കുന്നു. ജനപദധ്വംസനത്തിന് ഏറ്റവും പ്രധാനമായി പറയുന്നത്, ഈ ധർമച്യുതി തന്നെയാണ്. നമുക്ക് ചുറ്റും നടക്കുന്നതും നാം ഒട്ടൊക്കെ ചെയ്യുന്നതും എല്ലാം പ്രജ്ഞാപരാധം എന്ന പട്ടികയിൽ വരുന്നു. പ്രകൃതിക്ക് ഹാനിയാണെന്നറിഞ്ഞിട്ടും കാട് നശിപ്പിക്കുക, വാഹനത്തിന്റെ പുക അന്തരീക്ഷ മലിനീകരണത്തിന് കാരണമാവുന്നു എന്നറിഞ്ഞും വാഹനങ്ങൾ വീണ്ടും വാങ്ങിക്കുക. ടി.വി. കാണുന്നത് കണ്ണുകൾക്ക് ഹാനിയാണെന്നറിഞ്ഞിട്ടും ടിവി ധാരാളമായി കാണുക എന്നിങ്ങനെ രാവിലെ മുതൽ വൈകുന്നേരം വരെ നാം ഓരോരുത്തരും ചെയ്യുന്ന കാര്യങ്ങളുടെ ലിസ്റ്റ് തയ്യാറാക്കിയാൽ 40% പ്രജ്ഞാപരാധം എന്ന വിഭാഗത്തിൽ വരും.

അധർമം എങ്ങനെ അന്തരീക്ഷത്തെ മലിനമാക്കുന്നുവെന്നു നോക്കുക. വർധിച്ചു വരുന്ന വാഹനങ്ങൾ, ഫാക്ടറികളിൽ നിന്നും മറ്റും ബഹിർഗമിക്കുന്ന വിഷവാതകങ്ങൾ ഇവ വായുവിനെ അനുനിമിഷം ദുഷിപ്പിച്ചു കൊണ്ടിരിക്കുന്നു. ഈ അന്തരീക്ഷ വായുവിനെ ശുദ്ധീകരിക്കേണ്ട വന

ങ്ങളെ നാം നശിപ്പിച്ച് ഫ്ളാറ്റ്, നഗരങ്ങൾ എന്നിവ പടുത്തുയർത്തുന്നു. ശുദ്ധജലം നൽകുന്ന മഴയ്ക്ക് വനങ്ങളാണ് കാരണം. വനനശീകരണത്തിലൂടെ പർവതങ്ങളിൽ നിന്നും പുറപ്പെടുന്ന നദികളിൽ വെള്ളം കുറയുന്നു. നദിയിലേക്കാണല്ലോ നാം വിഷലിപ്തമായ വ്യവസായ മാലിന്യങ്ങൾ തള്ളുന്നത്. കഴിക്കുന്ന അന്നമാകട്ടെ കച്ചവട മനോഭാവത്തോടെ കീടനാശിനി കൊണ്ട് വിളപ്പിച്ചെടുത്തതും. ഇന്ന് കേരളക്കരയിൽ ഇതിനെക്കുറിച്ചറിയാത്ത ആരുമില്ല. എന്നാലും നാം പ്രജ്ഞാപരാധം ചെയ്ത് കൊണ്ടേയിരിക്കുന്നു. വിഷലിപ്തമായ പച്ചക്കറികൾ ആണെന്ന് അറിഞ്ഞും അവ ഉപയോഗിച്ച് ഭക്ഷണം തയ്യാറാക്കുന്നു.

എന്നാൽ വീട്ടിൽ നിന്ന് തുടങ്ങി സമൂഹത്തിലും പിന്നെ പ്രദേശങ്ങളിലും ബാധിക്കുന്ന ഈ മലിനീകരണം തടയേണ്ടതാണ്. വീട് എന്നും ശുചിയാക്കുക. മാസത്തിലൊരിക്കൽ ഒരു പ്രദേശത്തെ താമസിക്കുന്നവർ ഒരുമിച്ച് ചേർന്നു അവിടം വൃത്തിയാക്കുക, ഓഫീസുകളും വിദ്യാഭ്യാസ സ്ഥാപനങ്ങളും മറ്റും യഥാസമയത്ത് വൃത്തിയാക്കുക, ഫാക്ടറികളിൽ നിന്നുള്ള മാലിന്യനിക്ഷേപത്തിന് വളരെ ഫലപ്രദമായ മാർഗങ്ങളുണ്ടാക്കുക എന്നു തുടങ്ങി വ്യക്തി, സമൂഹം എല്ലാം കൂടിച്ചേർത്ത് ഫലപ്രദമായി മുന്നോട്ടിറങ്ങി തടയേണ്ടതാണ് അന്തരീക്ഷ മലിനീകരണം.

കർക്കടകത്തിന് മുൻപ് ഓരോ വ്യക്തിയും മുന്നിട്ടിറങ്ങി വീടും പരിസരവും ശുചിയാക്കേണ്ടതാണ്. ശുചിത്വം പാലിച്ചില്ലെങ്കിൽ കർക്കടകത്തിൽ ഏതു ചര്യ ചെയ്താലും ആരോഗ്യം ലഭിക്കാൻ പോകുന്നില്ല. ശുചിത്വം എന്ന് പറയുമ്പോൾ അന്തരീക്ഷ മലിനീകരണത്തിന് കാരണമാകുന്ന യാതൊന്നും ചെയ്യില്ല എന്ന ബോധം ഓരോ വ്യക്തിയും ഉണ്ടാക്കിയെടുക്കേണ്ടതാണ്.

◆

പഞ്ചകർമ്മചികിത്സ

ദോഷങ്ങൾ ശരീരത്തിൽ ആഹാരവിഹാരങ്ങളാൽ ദുഷിക്കുന്നു. ദുഷിച്ച ദോഷങ്ങൾ രോഗകാരിയായി നിൽക്കുമ്പോൾ ഉൽപ്പാദിപ്പിക്കുന്ന മലാംശത്തെ ബഹിഷ്കരിക്കേണ്ട ആവശ്യത്തെ കണക്കാക്കിയാണ് പഞ്ചകർമ്മ ചികിത്സ രൂപപ്പെടുത്തിയിരിക്കുന്നത്. മലദ്വാരം, മൂത്രദ്വാരം, മൂക്ക്, വായ ഈ അവയവങ്ങൾ മലങ്ങളെ ബഹിഷ്കരിക്കുന്നു.

പഞ്ചകർമ്മം - വമനം (ഛർദിപ്പിക്കുക), വിരേചനം (വയറിളക്കുക), നസ്യം (മൂക്കിൽ മരുന്നൊഴിക്കുക), നിരൂഹം (കാഷയ വസ്തി), അനുവാസനം (സ്നേഹവസ്തി) ഇവയാണ് പഞ്ചകർമ്മം. ഇതിൽ നിരൂഹത്തെയും അനുവാസനത്തെയും 'വസ്തി' എന്നതിൽ ഉൾപ്പെടുത്തി രക്തമോക്ഷം കൂടി ചേർത്ത് പഞ്ചകർമ്മം എന്ന് വ്യവഹരിക്കപ്പെടാറുണ്ട്.

പഞ്ചകർമങ്ങളും ദോഷങ്ങളും

വമനം	-	കഫദോഷത്തെ ശോധിപ്പിക്കുന്നു.
വിരേചനം	-	പിത്തദോഷത്തെ ശോധിപ്പിക്കുന്നു.
വസ്തി	-	വാതത്തിന്റെ പരമമായ ശോധന
(കഷായം + അനുവാസനം)		

എന്നാൽ പെട്ടെന്ന് ഒരു സുപ്രഭാതത്തിൽ 'വമനം' ചെയ്യാം എന്ന് കരുതരുത്. ഈ പഞ്ചകർമങ്ങൾക്കു മുൻപിൽ ശരീരത്തെ അതിന് സന്നദ്ധമാക്കേണ്ടതുണ്ട്. അത്തരം കർമങ്ങളെ 'പൂർവകർമ്മം' എന്ന് പറയുന്നു.

പൂർവ്വകർമ്മങ്ങൾ

നെയ്യ് നൽകി ശരീരത്തെ എണ്ണമയമുള്ളതാക്കി ദോഷങ്ങളെ മയപ്പെടുത്തി, പലതരത്തിലുള്ള സ്വേദപ്രയോഗങ്ങൾ ചെയ്ത് അവയെ കോഷ്ഠത്തിലെത്തിക്കണം. കോഷ്ഠത്തിലെത്തിച്ച ദോഷങ്ങളെ നമുക്ക് പലരീതിയിൽ പുറമേക്ക് ബഹിഷ്കരിക്കാം. ഛർദിപ്പിക്കുകയോ, വയറിളക്കുകയോ, ശിരസ്സിലുള്ള ദോഷങ്ങളെ നാസാദ്വാരത്തിലൂടെയോ പുറത്ത് കളയാം.

സ്നിഗ്ദ്ധ പ്രയോഗം

'സ്നിഗ്ധനാക്കുക' എന്നാൽ നെയ്യ്, എണ്ണ എന്നിവ നൽകി ദോഷങ്ങളെ നുലഞ്ഞ ഒരു അവസ്ഥയിലാക്കുക. ചോറ് വച്ച പാത്രം കുറച്ചു നേരം ഉണക്കി വച്ച് കഴിഞ്ഞ് കഴുകാൻ ശ്രമിച്ചാൽ ബുദ്ധിമുട്ടാണ്. പാൽപാത്രം കഴുകാതെ വച്ച്, താമസിച്ച് കഴുകിയാൽ പാടയും മറ്റും പാത്രത്തിൽ ഒട്ടിപ്പിടിച്ചിരിക്കും. അപ്പോൾ കഴുകാൻ എളുപ്പത്തിന് പാത്രത്തെ കുറച്ച് നേരം വെള്ളത്തിലിട്ട് വയ്ക്കും. വെള്ളം ഈ പാടയെ പാത്രത്തിൽ നിന്നും അടർത്തുന്നു. ഇനി നമുക്ക് സോപ്പോ മറ്റോ ഉപയോഗിച്ച് പാത്രം എളുപ്പത്തിൽ കഴുകാം. ഇത് തന്നെയാണ് ശരീരത്തിലും സംഭവിക്കുന്നത്. പറ്റിപ്പിടിച്ചിരിക്കുന്ന ദോഷങ്ങളെ ആദ്യം സ്നേഹം സ്വേദ പ്രയോഗങ്ങൾ കൊണ്ട് ഇളക്കണം. ശേഷം വമനം അല്ലെങ്കിൽ വിരേചനം തുടങ്ങിയ പഞ്ചകർമങ്ങളിലേതെങ്കിലുമൊന്ന് യുക്തമായി തിരഞ്ഞെടുത്ത് ശോധന ചെയ്യണം. ശാസ്ത്രത്തിൽ പറയുന്നത് പൂർവകർമ്മങ്ങൾ ചെയ്യാതെയാണ് നാം പഞ്ചകർമ്മം ചെയ്യുന്നതെങ്കിൽ ഉണങ്ങിയ കമ്പ് ഒടിക്കുന്നതിന് സമാനമായി ശരീരം പിളരുന്ന ഒരു പ്രതീതി ഉണ്ടാകും എന്നാണ്.

നെയ്യ് - ചില ഗുണങ്ങൾ

നെയ്യ് ബുദ്ധിശക്തി, ഓർമ, പചനം, ബലം, ആയുസ്സ്, പ്രജനനശേഷി, കാഴ്ചശക്തി എന്നിവയ്ക്ക് ഉത്തമമാണ്. നെയ്യ് നിറത്തെ നൽകി സൗന്ദര്യം നൽകാനും സ്വരം നന്നാവാനും ഉപയോഗിക്കാം. വാതപിത്തഹരമാണ് നെയ്യ്. സ്നേഹപ്രയോഗത്തിനുപയോഗിക്കുന്ന ദ്രവ്യങ്ങളിൽ നെയ്യ് ഏറെ ശ്രേഷ്ഠമാണ്. നെയ്യ് പച്ചമരുന്നുകളിട്ട് കാച്ചിയാൽ ആ പച്ചമരുന്നുകളുടെ ഗുണം നെയ്യിൽ എളുപ്പത്തിൽ കലരുന്നു.

കർക്കടകത്തിൽ തൈലമാണ് ശാസ്ത്രോക്തമെങ്കിലും നെയ്യും കഴിക്കാവുന്നതാണ്. ഈ നെയ്യ് അഥവാ എണ്ണ കഴിക്കുന്നത് രണ്ട് വിധത്തിൽ ആകാം.

- അച്ഛപാനം
- വിചാരണ

അച്ഛപാനം അഥവാ നെയ്യ് കൂടിയ അളവിൽ സേവിക്കുന്നത് - കൃത്യമായ അളവിൽ നെയ്യ് അഥവാ എണ്ണ വെറുംവയറ്റിൽ നൽകുക. വിശക്കുമ്പോൾ ചുക്ക് ചേർത്ത് കഞ്ഞി കഴിക്കാം. ചുക്കുവെള്ളം ചൂടോടെ ഇടയ്ക്കിടയ്ക്ക് കഴിക്കാം. മറ്റാഹാരം കഴിക്കരുത്. പിറ്റേ

ദിവസം തലേന്ന് നൽകിയ നെയ്യുടെ അളവിൽ നിന്ന് യുക്തമായ രീതിയിൽ അളവ് കൂട്ടാം. വിശപ്പ് വരുമ്പോൾ ആഹാരം കഴിക്കാം. അച്ഛപാനം 25ml, 50ml, 75 ml എന്ന തോതിലോ 50ml, 100ml, 150ml എന്ന തോതിലോ ഇനിയും കൂട്ടിയോ എങ്ങനെ വേണമെന്ന് നോക്കി ഡോക്ടർമാർ നിർദ്ദേശിക്കുന്ന പ്രകാരം പഥ്യമായി മാത്രം നോക്കി സേവിക്കേണ്ട രീതിയാണ്. ഇവിടെ 6 മണിക്കൂർ വിശപ്പ് വരാൻ എടുത്തുവെങ്കിൽ അതു ഹ്രസ്വമാത്ര (ചെറിയ മാത്രയിലെ സ്നേഹപാനം), 12 മണിക്കൂർ എടുത്താൽ അതു മധ്യമമാത്ര, ഒരു ദിവസം (24 മണിക്കൂർ) എടുത്താൽ അത് ഉത്തമമാത്ര, ദുർബല ന്മാർ, മന്ദാഗ്നികൾ, ബാലന്മാർ, വൃദ്ധന്മാർ, സുഖശീലക്കാർ, ഹ്രസ്വ മാത്രയിൽ മാത്രമേ സ്നേഹം ഉപയോഗിക്കാവൂ. അപ്പോൾ കർക്ക ടകത്തിൽ അഗ്നി മന്ദമായിരിക്കുന്ന അവസ്ഥയിൽ സ്നേഹം നൽകേണ്ടത് ഹ്രസ്വമാത്രയിലാണ്. നെയ്യ് നന്നായി ദഹിച്ചതിനു ശേഷം മാത്രമേ കഞ്ഞി നൽകാവൂ.

സ്നേഹപ്രയോഗം ചെയ്തു കൂടാത്തവർ

തീരെ ദുർബലമായ പചനശേഷിയുള്ളവർ, തടിയുള്ള ആളുകൾ അതിസാരമുള്ളവർ, ദഹനത്തിന് ബുദ്ധിമുട്ടുള്ളവർ, ബോധക്കേട് അനു ഭവപ്പെടുന്നവർ, ഛർദിയുള്ളവർ, ആഹാരത്തിന് രുചിക്കുറവ് അനുഭവ പ്പെടുന്നവർ, മദ്യം കഴിച്ചിരിക്കുന്നവർ, നസ്യം, വസ്തി, വിരേചനം എന്നിവ കഴിഞ്ഞിരിക്കുന്നവർ ഇവരാരും സ്നേഹകർമത്തിന് മുതിരരു ത്.

നേരത്തെ സൂചിപ്പിച്ചതുപോലെ ഒരു ഡോക്ടറുടെ നിരീക്ഷണത്തിൽ വളരെ പഥ്യമായി കഞ്ഞി മാത്രം സേവിച്ച് കാറ്റ്, വെയിൽ ഇവ ഏൽക്കാതെ ചൂടുവെള്ളം മാത്രം ഉപയോഗിക്കുന്നവരായിട്ട് സ്നേഹപാ നികൾ (കുടിക്കാനും കുളിക്കാനുമെല്ലാം) ഇരിക്കേണ്ടതാണ്. ഇത് പ്രായോഗികമായി ബുദ്ധിമുട്ടാണ്. അതിനാൽ ഇതിന് ഒരു പ്രതിവിധി യാണ് 'വിചാരണ' എന്ന മറ്റൊരു സ്നിഗ്ധ പ്രയോഗരീതി.

നെയ്യോ, തൈലമോ, ഗുദത്തിൽ കൂടി അല്പ മാത്രയായോ, ചെറിയ രീതിയിൽ മൂക്കിലൊഴിച്ചും ദേഹത്ത് തേയ്ച്ചും തലയിൽ തേയ്ച്ചും കർണത്തിൽ നിറച്ചും കണ്ണിൽ നിർത്തിയും 'വിചാരണ' ചെയ്യാം.

ഇതിൽ സാധാരണയായി അവലംബിക്കുന്നത് ആഹാരത്തിൽ ചേർത്തു കഴിക്കുക എന്ന രീതിയാണ്. ചോറിൽ കൂട്ടിയും ചൂടുകഞ്ഞി യിൽ ചേർത്തും സ്നിഗ്ദ്ധപ്രയോഗം ആകാം.

കർക്കടകത്തിൽ വിധിക്കനുസരിച്ച് പഞ്ചകർമ്മം ചെയ്യാൻ ആഗ്രഹിക്കുന്നവർ ആദ്യം തൈലമോ, എണ്ണയോ ഹ്രസ്വമാത്രയിൽ അച്ഛപാനമാക്കി ഉപയോഗിക്കാം. ഡോക്ടറുടെ മേൽനോട്ടത്തിനു മാത്രമേ ഇതിന് മുതിരാവൂ. ഇതിന് കഴിഞ്ഞില്ലെങ്കിൽ അത്താഴത്തിന് കഞ്ഞിയിൽ നെയ്യ് (പശുവിൻ നെയ്യ്) ചേർത്ത് ഏഴ് ദിവസം കഴിക്കുക. ഇല്ലെങ്കിൽ തൈലം – ഗന്ധർവ ഏരണ്ഡം, നീർഗുണ്ഠി ഏരണ്ഡം, ധന്വന്തരം (101), മാഷ തൈലം. ഇവയിൽ യുക്തമായത് പാലിൽ ചേർക്കുക. അത്താഴശേഷം കഴിച്ചിട്ട് കിടക്കുക. വൃദ്ധന്മാർ, നെയ്യ് കഴിക്കാൻ ഇഷ്ടപ്പെടാത്തവർ, ദഹനത്തിന് പ്രശ്നമുള്ളവർ, വളരെ സുഖലോലുപമായ ജീവിതചര്യശൈലി ഉള്ളവർ, വലിയ രീതിയിൽ ദോഷമാലിന്യങ്ങൾ ശരീരത്തിൽ അടിഞ്ഞ് കൂടാത്തവർ, മെലിഞ്ഞവർ എന്നിവർക്ക് ഈ രീതിയാണ് അനുയോജ്യം.

ഈ സ്നേഹപ്രയോഗം കഞ്ഞി കഴിക്കുന്നതിന് മുൻപ് സേവിച്ചാൽ അത് പ്രായേണ ശരീരത്തിന്റെ താഴെ ഭാഗത്തെ അസുഖങ്ങൾക്ക് ശമനമുണ്ടാക്കും (മുട്ടുവേദന, കാലുവേദന, നടുവേദന). ആഹാരത്തോടൊപ്പം കഴിച്ചാൽ ശരീരത്തിന്റെ മധ്യഭാഗത്തെ അസ്വസ്ഥതകൾക്ക് ശമനം ലഭിക്കും. സ്ത്രീകളിൽ കാണുന്ന ഗർഭാശയ സംബന്ധമായ അസ്വസ്ഥതകൾ, ആർത്തവ സമയത്തെ അസ്വസ്ഥതകൾ (രോഗമല്ല, അസ്വസ്ഥതകൾ), പെൺകുട്ടികളിൽ ആർത്തവത്തോടനുബന്ധിച്ച് വരുന്ന വേദന, ആർത്തവം താമസിച്ച് വരുക, നേരത്തെ വരുക തുടങ്ങിയ പ്രശ്നങ്ങൾ, പുരുഷന്മാരിൽ കടീപ്രദേശത്തും മൂത്ര പ്രദേശത്തും കാണുന്ന അസ്വസ്ഥതകൾ എന്നിവ പരിഹരിക്കപ്പെടുന്നു.

ഭക്ഷണശേഷമാണ് നെയ്യ് സേവിക്കുന്നതെങ്കിൽ ശരീരത്തിലെ മുകൾഭാഗത്തെ പ്രശ്നങ്ങൾ പരിഹരിക്കപ്പെടും. സ്ഥിരമായി കഫത്തിന്റെ അസുഖം, തലവേദന, കാതിലെ അസ്വസ്ഥതകൾ, തോൾ വേദന എന്നിവയ്ക്ക് ശമനം കിട്ടും.

നെയ്യ് സേവിക്കുമ്പോൾ ചുക്ക് വെള്ളം കഴിക്കാൻ മറക്കരുത്. സ്നിഗ്ദ്ധപ്രയോഗം കൊണ്ടുണ്ടാകുന്ന മൗഢ്യത്തെ മാറ്റി പ്രസാദാത്മകത നൽകാൻ ചുക്ക് വെള്ളത്തിന് കഴിയും.

ശീലിക്കേണ്ട പഥ്യം

ദഹിക്കാൻ പ്രയാസമുള്ള ഭക്ഷണം കഴിക്കാതിരിക്കുക, ചൂട്, കാറ്റ് എന്നിവ അധികം എൽക്കാതിരിക്കുക, ചൂടുവെള്ളം ഉപയോഗിക്കുക, മലമൂത്രവേഗങ്ങളെ തടുക്കാതിരിക്കുക, വ്യായാമം ചെയ്യുക. ദേഷ്യപ്പെടുക, ആവശ്യമില്ലാതെ ചിന്തിക്കുക, വലിയ തലയിണ, ചെറിയ

തലയിണ ഇവ ഉപയോഗിക്കുക, പൊടിപുക ഇവ ഏൽക്കുക, പകലുറ ങ്ങുക എന്നീ പ്രവർത്തികൾ കൂടിയ അളവിൽ നെയ്യ് കഴിക്കുന്നവർ തീർച്ചയായും വർജിക്കണം.

സ്നേഹം ഉപയോഗിക്കുന്നവർ തണുത്തവെള്ളം, ദൂരയാത്ര, പുറത്തി റങ്ങി നടക്കുക എന്നിവ വർജിക്കാൻ ശ്രമിക്കണം.

മൃദുകോഷ്ഠമുള്ളവർ മൂന്ന് ദിവസമോ, ക്രൂരകോഷ്ഠികൾ ഏഴ് ദിവസ മോ അല്ലെങ്കിൽ നല്ല സ്നിഗ്ധലക്ഷണം കാണുന്നതുവരെയും നെയ്യ്, എണ്ണ എന്നി സേവിക്കണം.

ശരീരം എണ്ണമയമായി എന്നതിന് എന്താണ് തെളിവ്?

വിശപ്പ് തോന്നുക, മലം അയഞ്ഞ് പോകുക, നെയ്യ് വേണ്ട എന്ന തോന്നലുണ്ടാകുക - ഇവയാണ് ശരീരം എണ്ണമയമായി എന്നതിന് തെളി വ്. എന്നിട്ടും വീണ്ടും നെയ്യ് സേവിച്ചാൽ വിളർച്ച, മൂക്കിലും വായിലും മലത്തിലും എണ്ണമയത്തിന്റെ ആധിക്യം എന്നിവ അനുഭവപ്പെടും.

ഡോക്ടറുടെ നിർദേശമില്ലാതെ, പഥ്യമൊന്നും നോക്കാതെ സ്നേഹ പാനം ചെയ്താൽ നീര്, അർശസ്, തലകറക്കം, ചൊറിച്ചിൽ, തൊലിപ്പു റത്ത് രോഗങ്ങൾ, വയറുവേദന എന്നിവ അനുഭവപ്പെടും.

അങ്ങനെ എന്തെങ്കിലും തോന്നിയാൽ മോര്, പിപ്പലി, ത്രിഫല, തേൻ, ഗോമൂത്രം, ഗുൽഗുലു എന്നിവയിലേതെങ്കിലും യുക്തമായത് നൽകി ഡോക്ടർമാർ ഉടനടി ഈ അവസ്ഥയ്ക്ക് ശമനം വരുത്തും. അതിനാൽ ഡോക്ടർമാരുടെ നിർദ്ദേശമില്ലാതെ യാതൊരു കാരണവശാലും അച്ഛ പാനം ചെയ്യരുത്. വീട്ടിൽ വച്ച് വിചാരണ സ്നേഹം ചെയ്യാം. എന്നാലും പഥ്യം ആവശ്യം തന്നെ. അപ്പോൾ കർക്കടകത്തിൽ എങ്ങനെയാണ് ഒരാൾക്ക് വീട്ടിലിരുന്ന് സ്നേഹപ്രയോഗത്തിന് കഴിയുക എന്ന ചോദ്യ ത്തിന് 'സദ്യ സ്നേഹം' എന്ന ഒരു മാർഗം ഉണ്ട്. സദ്യ സ്നേഹമെന്നാൽ പെട്ടെന്ന് സ്നിഗ്ദ്ധനാക്കുക എന്നർത്ഥം. സൂപ്പിൽ നെയ്യ് ചേർക്കുക, കഞ്ഞിയിൽ നെയ്യ് ചേർക്കുക, അരിയും എള്ളും കൂട്ടി ചേർത്ത് അതിൽ നെയ്യ് ചേർക്കുക, പാൽക്കഞ്ഞിയിൽ നെയ്യ് ചേർക്കുക എന്നിവയാണ് സദ്യ സ്നേഹത്തിന്റെ മാർഗ്ഗങ്ങൾ. സദ്യ സ്നേഹം എന്നത് നേരത്തെ സൂചിപ്പിച്ച വിചാരണ സ്നേഹത്തിന്റെ ഭാഗമാണ്. ചില രോഗികളിൽ വൈദ്യന് പെട്ടെന്ന് തന്നെ ശരീര മാലിന്യം ബഹിഷ്കരിക്കണമെന്ന അവസ്ഥ വരുമ്പോഴാണ് സദ്യ സ്നേഹം എന്ന രീതി അവലംബിക്കേണ്ടി വരുന്നത്. കർക്കടകത്തിൽ തുടർച്ചയായി കഞ്ഞിയിൽ നെയ്യ് ചേർത്ത് കഴിക്കാൻ ബുദ്ധിമുട്ട് അനുഭവപ്പെടുന്ന വേളകളിൽ ഒരു ദിവസമെങ്കിലും

കഞ്ഞിയിൽ നെയ്യും ഉപ്പും ചേർത്ത് കഴിച്ചാൽ സദ്യസ്നേഹമായി. ഇന്തുപ്പ് ചേർത്താൽ നന്ന്. കഞ്ഞിയിൽ തന്നെ വേണമെന്നില്ല. മാസരസം ചേർത്ത സൂപ്പും ഉപയോഗിക്കാം. എള്ളിൻപൊടി, അല്പം നെയ്യും ശർക്കരയും ചേർത്ത് രാത്രി കഴിച്ച് കിടന്നാലും 'പെട്ടെന്ന് സ്നിഗ്ദ്ധനാക്കുക' എന്ന അവസ്ഥ അഥവാ സദ്യസ്നേഹം ചെയ്യുന്ന പോലെയാകും. ബുദ്ധിമുട്ട് ഒന്നും അനുഭവപ്പെടുന്നില്ലെങ്കിൽ മുകളിൽ പറഞ്ഞവ - കഞ്ഞിയോ, മാംസരസമോ ഒരു ദിവസം രണ്ടു നേരം വരെ കഴിക്കാം. ഡോക്ടറുടെ മേൽനോട്ടമോ കടുത്ത പഥ്യമോ ഇല്ലാത്തതിനാൽ വയസ്സായവർ, കുട്ടികൾ, തുടർച്ചയായി നെയ്യ് കഴിക്കാൻ ബുദ്ധിമുട്ട് ഉള്ളവർ ഈ രീതി അവലംബിച്ച് കർക്കടകത്തിൽ ശരീരത്തിന് എണ്ണമയം നൽകേണ്ടതാണ്.

സദ്യസ്നേഹത്തിന്റെ മാർഗ്ഗങ്ങൾ

കർക്കടകത്തിൽ ചെയ്യേണ്ട സ്നേഹ പ്രയോഗത്തിന്റെ കഞ്ഞിയിൽ നെയ്യ് ചേർത്ത് കഴിക്കാൻ ആർക്കും പ്രയാസമുണ്ടാവില്ല. വീട്ടിൽ തന്നെ എളുപ്പം ചെയ്യാവുന്നതാണ്. വെന്ത കഞ്ഞിയിൽ തേങ്ങാപാലോ, പശുവിൻപാലോ കൂട്ടി ഒരു സ്പൂൺ പശുവിൻ നെയ്യ് ചേർക്കാനും യാതൊരു വിഷമവുമില്ല. വളരെ രുചികരവുമാണ്. എള്ളും ശർക്കരയും കൂട്ടി നെയ്യ് ചേർത്ത് കഴിക്കുന്നത് എള്ളുണ്ടയ്ക്ക് സമാനമായ ഒരു രുചിയാണ്. കുട്ടികൾ ഇഷ്ടപ്പെട്ടുതന്നെ കഴിച്ചുകൊള്ളും. അങ്ങനെ വരുമ്പോൾ പ്രായോഗികമായി കർക്കടകത്തിൽ ചെയ്യാവുന്ന സ്നേഹപ്രയോഗം കഞ്ഞിയിൽ നെയ്യ് ചേർക്കുക എന്ന രീതി തന്നെയാണ്.

സ്വേദവിധികൾ (സ്നേഹ പ്രയോഗത്തിന് ശേഷം ചെയ്യേണ്ടത്)

ഇന്ന് കർക്കടക ചികിത്സ എന്ന രീതിയിൽ പരക്കെ എല്ലായിടത്തും ചെയ്യുന്ന കിഴികൾ യഥാർത്ഥത്തിൽ പഞ്ചകർമ്മ ചികിത്സയുടെ പൂർവകർമ്മമാണ്.

സ്വേദം എങ്ങനെയാണ് ഫലപ്രദമാകുന്നത്? വാതദോഷവും കഫദോഷവും ശീതഗുണത്താൽ വർധിക്കുമ്പോൾ സ്വേദ പ്രയോഗങ്ങൾ ഗുണം ചെയ്യുന്നതിനാൽ അതിനെ 'സ്വേദനം' എന്നു പറയുന്നു.

സ്വേദത്തിന്റെ പ്രധാനപ്പെട്ട രീതികൾ

1. ആഗ്നേയം (അഗ്നി ഉപയോഗിച്ച്), അനാഗ്നേയം (അഗ്നി ഉപയോഗിക്കാതെ)

2. ഏകാംഗം (ശരീരത്തിന്റെ ഒരു ഭാഗം മാത്രം വിയർപ്പിക്കുക), സർവാംഗം (മുഴുവൻ ശരീര ഭാഗത്തും വിയർപ്പിക്കുക)
3. സ്നിഗ്ദ്ധം, രൂക്ഷം, സ്നിഗ്ധരൂക്ഷം (ദ്രവ്യം അനുസരിച്ച്)
4. മൃദു (മൃദുവായി വിയർപ്പിക്കുക), മധ്യമം (മധ്യമമായി വിയർപ്പിക്കുക), പ്രവരം (നന്നായി വിയർപ്പിക്കുക)

എല്ലാവിധ സ്വേദങ്ങൾക്കും പൊതുവേ വേണ്ട കാര്യങ്ങൾ

- തോണിപാത്തി - (രോഗിയെ കിടത്തി ചെയ്യേണ്ടി വരുമ്പോൾ)
- രോഗി ഇരിക്കുകയാണെങ്കിൽ - സ്റ്റൂൾ
- ചൂടാക്കാനുള്ള ഗ്യാസ് അടുപ്പ് മുതലായ സംവിധാനങ്ങൾ
- വൃത്തിയുള്ള (ഉപയോഗിച്ച് കളയാൻ കഴിയുന്ന) ഏപ്രൻ, ഗ്ലാസ്, മാസ്ക്
- പല നീളത്തിലും വീതിയിലുമുള്ള തുവർത്ത്, അണുനാശിനികൾ
- ചൂടാക്കാനുള്ള പാത്രങ്ങൾ
- ഊഷ്മാവ് അളക്കാനുള്ള തെർമോമീറ്റർ

ചൂട് കൂടി രോഗി അവശനായാൽ പ്രയോഗിക്കേണ്ട അത്യാവശ്യ മരുന്നുകൾ.

സ്വേദത്തിന് മുൻപ് ചെയ്യാനുള്ള പലതരം തളങ്ങൾ. ഇത് അവസ്ഥയ്ക്കനുസരിച്ച് ആണ് ഡോക്ടർ തിരഞ്ഞെടുക്കുക.

സാധാരണ ഉപയോഗിക്കുന്ന തളങ്ങൾ

* നെല്ലിക്കപൊടി മോരിൽ ചേർത്തത്
* ക്ഷീരബലയും കച്ചൂരാദിപൊടിയും, രാസ്നാദിപൊടിയും ക്ഷീരബലയും, നിംബാമൃതാദി ഏരണ്ഡവും രാസ്നാദി പൊടിയും- ഇവയിൽ യുക്തമായവ തെരഞ്ഞെടുക്കാം.

സാമാന്യ നിയമങ്ങൾ

അകത്തും പുറത്തും സ്നേഹനം ചെയ്ത ഒരു രോഗിയെ മാത്രമേ സ്വേദിപ്പിക്കാവൂ. കഫ പ്രധാനിയാണെങ്കിൽ രൂക്ഷമായി അതായത് എണ്ണ പ്രയോഗമില്ലാതെ സ്വേദിപ്പിക്കാം. ഗുഹ്യഭാഗങ്ങൾ, നെഞ്ച്, കണ്ണ് എന്നീ ഭാഗങ്ങളിൽ വിയർപ്പിക്കരുത്. ബാക്കി ശരീരഭാഗ ങ്ങളിൽ വിയർപ്പിക്കാം. ഏതുതരം സ്വേദമായാലും ചൂടുവെള്ളത്തിൽ കുളിക്കണം.

പഥ്യാഹാരവും സേവയിൽ പറഞ്ഞ വിധികളും ശീലിക്കുക.

അഗ്നിസ്വേദം 4 വിധം (അഗ്നി ഉപയോഗിച്ച് ചെയ്യുന്ന രീതി)

താപം, ഉപനാഹം, ഊഷ്മം, ദ്രവം

i) താപം - dry heat ഉപയോഗിച്ച് ചെയ്യുന്നത് (സോനാബെൽറ്റ് ഉദാഹരണം)

ii) ഉപനാഹം - വേദനയുള്ളിടത്ത് രാത്രിയിൽ മരുന്ന് വച്ച് കെട്ടി രാവിലെ എടുക്കുന്ന രീതി.

iii) ഊഷ്മ സ്വേദം - ആവി ഉപയോഗിച്ചോ ആവിയന്ത്രം ഉപയോഗിച്ചോ ചെയ്യുന്ന രീതി. സാധാരണയായി പ്രഷർ കുക്കറിൽ നിന്ന് വരുന്ന ആവി കുഴലിൽ കൂടി വരുത്തി വേദനയുള്ളിടത്ത് ഏൽപ്പിക്കുക.

iv) ദ്രവസ്വേദം - കാടി, തൈലം ഇവ ഉപയോഗിച്ച് സ്വേദിപ്പിക്കുക.

ഇതിൽ യുക്തമെന്ന് തോന്നുന്നത് 7 മുതൽ 14 ദിവസം വരെ ചെയ്യാം.

ആനാഗ്നേയ സ്വേദം - അഗ്നി ഉപയോഗിച്ച് തന്നെ ശരീരം വിയർപ്പിക്കണമെന്ന് നിർബന്ധമില്ല. അഗ്നി ഉപയോഗിക്കാതെ സ്വേദത്തിലൂടെ മാലിന്യ ബഹിഷ്കരണം ചെയ്താൽ അതിനെ അനാഗ്നേയ സ്വേദം എന്നാണ് പറയുക. വ്യായാമം ചെയ്യുമ്പോൾ നന്നായി വിയർക്കുന്നത് ഇത്തരത്തിലുള്ള മാലിന്യ ബഹിഷ്കരണ ത്തിന്റെ ഉദാഹരണമാണ്. ചൂട് ഉള്ള മുറിയിൽ കുറേ സമയം ചെലവഴിക്കുക, കട്ടിയുള്ള പുതപ്പ് ഉപയോഗിച്ച് മൂടി കിടക്കുക, വിശന്നിരിക്കുക, അമിതമായി മദ്യപിക്കുക ഇതൊക്കെ ചെയ്യുന്നത് അനാഗ്നേയ സ്വേദത്തിന് ഉദാഹരണങ്ങളാണ്.

സ്വേദിപ്പിക്കുക എന്നത് മുഴുവൻ ശരീരത്തിലും വേണമെന്നില്ല. ആവശ്യമെങ്കിൽ മാത്രം മുഴുവൻ ശരീരം വിയർപ്പിച്ചാൽ മതിയാകും. ശരീരത്തിന്റെ ഏതെങ്കിലും ഒരു ഭാഗം മാത്രമാണ് വിയർപ്പിക്കുന്നതെങ്കിൽ അതിനെ ഏകാംഗസ്വേദമെന്നും മുഴുവൻ ശരീരം വിയർപ്പിച്ചാൽ അതിനെ സർവ്വാംഗസ്വേദമെന്നും പറയപ്പെടുന്നു.

സ്വേദിപ്പിക്കാൻ ഉപയോഗിക്കുന്ന ഔഷധങ്ങൾക്ക് അനുസരിച്ചും സ്വേദത്തെ സ്നിഗ്ദ്ധം, രൂക്ഷം, സ്നിഗ്ദ്ധ രൂക്ഷം എന്നിങ്ങനെ മൂന്ന് ആയി തരംതിരിച്ചിട്ടുണ്ട്. ഔഷധചൂർണ്ണം കിഴി കെട്ടി ചൂടാക്കി എണ്ണ തൊടാതെ വിയർപ്പിച്ചാൽ അത് രൂക്ഷസ്വേദമാണ്. എണ്ണ, കുഴമ്പ് എന്നിവ നേരിട്ട് ചൂടാക്കാതെ ഉപയോഗിച്ചോ ഔഷധ കിഴികൾ എണ്ണയിൽ

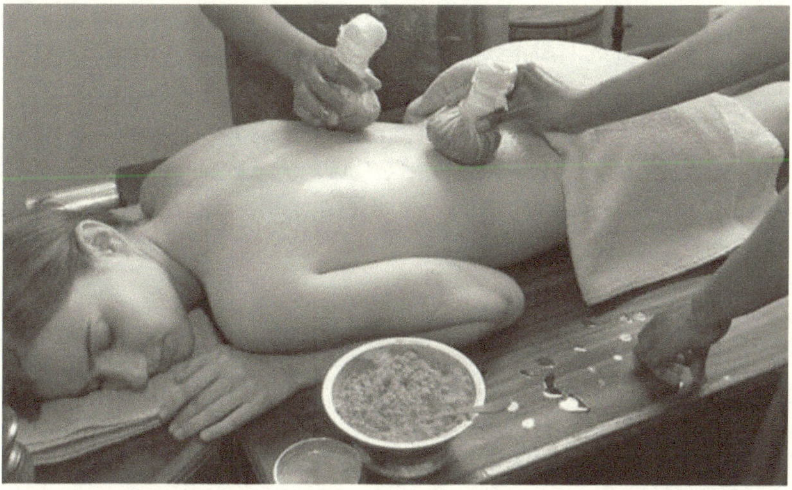

ചൂടാക്കി വിയർപ്പിച്ചാലോ അതിനെ സ്നിഗ്ദ്ധ സ്വേദമെന്ന് പറയുന്നു. ഔഷധചൂർണ്ണം തന്നെ കിഴികെട്ടി അല്പം എണ്ണയിൽ മുക്കി ചൂടാക്കി കിഴിപിടിക്കുന്ന രീതിയാണ് സ്നിഗ്ദ്ധ രൂക്ഷം. ആയുർവ്വേദമെന്നാൽ എണ്ണ വച്ച് ഉള്ള ചികിത്സ എന്നതാണ് ഒരു പൊതുധാരണ. എന്നാൽ ശാസ്ത്രത്തിൽ ചില വ്യാധി അവസ്ഥകളിൽ എണ്ണ ഉപയോഗിക്കാനേ പാടില്ല എന്ന് വ്യക്തമായി നിഷ്കർഷിച്ചിട്ടുണ്ട്. പൂർവ്വകർമ്മമായ സ്വേദനം ആവശ്യവും എന്നാൽ എണ്ണ ഉപയോഗിക്കാൻ പാടി ല്ലാത്തതുമായ ഇത്തരം സന്ദർഭങ്ങളിൽ രൂക്ഷസ്വേദം ചെയ്താണ് വിയർപ്പിക്കേണ്ടത് എണ്ണ അഥവാ നെയ്യ് അകത്ത് കഴിച്ചാലും പുറത്ത് ഉപയോഗിച്ചാലും അതിനെ പചിപ്പിച്ച് ആഗിരണം ചെയ്യാൻ ശരീരത്തിന് സാധിക്കില്ല എങ്കിൽ ഒരു കാരണവശാലും എണ്ണ ഉപയോഗിക്കരുത്. ഇത് മനസ്സിലാക്കി രോഗിക്ക് ഔഷധ പചനം സാധ്യമാണോ എന്ന് നിർണ്ണയിച്ച് ആദ്യം എണ്ണയില്ലാതെ കിഴി കെട്ടി വിയർപ്പിച്ച ശേഷം ഔഷധ ആഗിരണം നടത്താൻ രോഗി പ്രാപ്തനായാൽ എണ്ണ കൊണ്ടുള്ള കിഴി പ്രയോഗങ്ങളോ എണ്ണ കൊണ്ടുള്ള ധാരയോ അവ സ്ഥക്കനുസരിച്ച് ചെയ്യാറുണ്ട്.

ചില രോഗികളിൽ അല്പമായി വിയർപ്പിച്ചാൽ മതിയാകും. അല്പ മായി വിയർപ്പിക്കുക എന്നാൽ കുറഞ്ഞ തോതിലോ കുറഞ്ഞ സമയമോ കുറഞ്ഞ ദിവസമോ ആകാം. അതിനെ മൃദുസ്വേദമെന്ന് പറയുന്നു. ദോഷ

ങ്ങൾ അമിതമായി വർദ്ധിച്ചിട്ടുണ്ടെങ്കിൽ മൃദുസ്വേദം ചെയ്തിട്ട് കാര്യമില്ല. അത്തരം അവസരത്തിൽ രോഗിയെ നന്നായിതന്നെ വിയർപ്പിക്കണം. ഇതിനെ പ്രവരസ്വേദമെന്ന് പറയുന്നു. മൃദു സ്വേദത്തിന്റേയും പ്രവര സ്വേദത്തിന്റേയും ഇടയ്ക്ക് മതി സ്വേദ പ്രയോഗം എങ്കിൽ അതിനെ മധ്യമസ്വേദമെന്ന് പറയാം. ഇതാണ് സ്വേദപ്രയോഗത്തിന്റെ വിവിധ രീതികൾ. ഇനി കർക്കടകത്തിൽ പൊതുവേ ചെയ്യുന്ന സ്വേദപ്രയോഗങ്ങളെ കുറിച്ച് നോക്കാം.

സ്വേദം ചെയ്യേണ്ടവർ

ശ്വാസം, കാസം, മൂക്കൊലിപ്പ്, എക്കിൾ, വയറ്റിൽ കനം, പക്ഷാഘാതം, മുഖം, കോടിയ അവസ്ഥ, ആഹാരം ദഹിക്കാതെയിരിക്കുന്ന അവസ്ഥ, പലതരം വേദനകൾ, മൂത്രതടസ്സം എന്നിങ്ങനെയുള്ള അവസ്ഥയിൽ സ്വേദിപ്പിക്കാം. പക്ഷേ വിയർപ്പിക്കേണ്ട രീതി ഡോക്ടർ തിരഞ്ഞെടുക്കും. എന്തെന്നാൽ ശ്വാസകാസമുള്ളവർ ആവി കൊള്ളുന്നതാണ് ഉത്തമം, പക്ഷാഘാതിക്ക് ചിലപ്പോൾ പിഴച്ചിലോ, ചിലപ്പോൾ ഞവര സ്വേദമോ ആയിരിക്കും ഡോക്ടർ നിർദ്ദേശിക്കുന്നത്. അത് രോഗിയുടെ പ്രകൃതി, രോഗത്തിന്റെ അവസ്ഥ ഇതെല്ലാം കണക്കാക്കിയായിരിക്കും നിശ്ചയിക്കപ്പെടുന്നത്. സ്വേദം ഒരു പൂർവരൂപ ചികിത്സയാണെങ്കിലും പലപ്പോഴും അനേകം രോഗങ്ങൾക്ക് താൽക്കാലികമായും സ്ഥായിയായും ശമനം നൽകാൻ കഴിയുന്നു. ഛർദ്ദിപ്പിക്കുക, വയറിളക്കുക തുടങ്ങിയ ശോധന ചികിത്സകൾക്ക് മുൻപ് സ്നേഹചികിത്സപോലെ സ്വേദവും പ്രധാനം തന്നെ.

സ്വേദചികിത്സ ചെയ്യരുതാത്തവർ

അമിതമായി തടിയുള്ളവർ, രൂക്ഷശരീരികൾ, ദുർബലന്മാർ, ഒടിവും ചതവും സംഭവിച്ചവർ, മദ്യം കഴിച്ചവർ, തിമിരം ഉള്ളവർ, തൊലിപ്പുറത്തെ അസുഖങ്ങൾ ഉള്ളവർ, വിശപ്പ്, ദാഹം ഇവയേറ്റ് വലഞ്ഞവർ, പിത്ത പ്രധാന രോഗബാധയേറ്റവർ, ആർത്തവം നടക്കുന്ന സമയം, ഗർഭിണി, പ്രസവിച്ചവൾ ഇതെല്ലാം തന്നെ സ്വേദത്തിന് അനർഹമാണ് അല്ലെങ്കിൽ വിയർപ്പിക്കാൻ പാടില്ലാത്തവരാണ്.

i) താപസ്വേദം

താപസ്വേദം ധാരാളം തരത്തിലുണ്ട്. ഒരു വസ്തുവിന് താപം ആഗിരണം ചെയ്ത് അത് എത്ര സമയം നിലനിർത്താൻ സാധിക്കും എന്ന

തിനെ ആസ്പദമാക്കിയാണ് താപസ്വേദത്തിന്റെ വിവിധ ക്രിയകൾ ഉരുതിരിഞ്ഞ് വന്നത്. തുണി ചൂടാക്കി വയ്ക്കുക, ലോഹം ചൂടാക്കി വയ്ക്കുക. ഇവ താപസ്വേദമാണ്.

ജലദോഷം വരുമ്പോൾ നാം കൈയുടെ പ്രതലം ചൂടുള്ള ഏതെങ്കിലും സാധനത്തിൽ വച്ച് നെറ്റിയിലും മറ്റും അമർത്തുമ്പോൾ ലഭിക്കുന്ന സ്വേദം താപസ്വേദമാണ്.

ii) ഉപനാഹം

ഉപനാഹത്തിന്റെ അർത്ഥം 'ബന്ധന'മെന്നാണ്. അതായത് രാത്രിയിൽ കെട്ടി പകൽ സമയത്ത് അഴിക്കുക. മരുന്നുകൾ അരച്ച് യുക്തമായ ദ്രവദ്രവ്യങ്ങൾ ചേർത്ത് ചൂടാക്കി വറ്റിച്ച് തുണി ഉപയോഗിച്ചോ ആവണക്കില വച്ചോ കെട്ടിവയ്ക്കും. രാത്രി ഈ മരുന്നും ദ്രവദ്രവ്യവും കൂടി പ്രവർത്തിച്ച് ഒരു ഊഷ്മാവ് സൃഷ്ടിക്കുന്നു. അത് ശരീരത്തിന്റെ സൂക്ഷ്മസ്രോതസ്സിൽ പ്രവേശിച്ച് വേദനകൾക്ക് ശാന്തി നൽകുന്നു.

സാധാരണ ചെയ്യുന്ന ഉപനാഹം

- *കൊട്ടം ചുക്കാദി ചൂർണം*
- *ഗൃഹധൂമാദി ചൂർണം*

ഇത്തരം പൊടികൾ ധാന്യാമ്ലം ചേർത്ത് കുഴമ്പ് പരുവമാക്കി രാത്രിയിൽ കെട്ടി വച്ച് രാവിലെ അഴിച്ചുമാറ്റുന്നു. ചിഞ്ചാദി, പിണ്ഡതൈലം ഇത്യാദി തൈലങ്ങൾ ഡോക്ടർമാർ നിർദ്ദേശിച്ചാൽ മാത്രമേ ചേർക്കാവൂ.

ഉപനാഹഗുണം - എണ്ണയിൽ പൊടി കുഴച്ചാണ് കെട്ടിവയ്ക്കുന്നതെങ്കിൽ വാതഹരമായി പ്രവർത്തിക്കുന്നു. പൊടി പെട്ടെന്ന് ഉണങ്ങാതിരിക്കാനും സഹായിക്കുന്നു.

ധാന്യാമ്ലം, മോര്, വിനാഗിരി - എന്നിവ ഉപയോഗിക്കുന്നത് പുളിപ്പിക്കലിന്റെ അവസ്ഥയെ (Fermentation) ഉണ്ടാക്കി ഒരു പ്രത്യേക തരത്തിലുള്ള താപനില നിലനിറുത്താൻ സഹായിക്കുന്നു.

ഉപനാഹത്തിൽ ചേർക്കുന്ന ഇന്തുപ്പ് - വാതഹരവും ഉഷ്ണവു മാണ്. ഇത് ചെറിയ സ്രോതസ്സിലൂടെ ഔഷധഗുണം ഉള്ളിലേക്ക് പ്രവേശിപ്പിക്കുന്നു.

ഔഷധക്കൂട്ട് കെട്ടിവയ്ക്കാൻ ബാൻഡേജ്, തുണി, ആവണക്കില എന്നിവ ഉപയോഗിക്കാം.

iii) ഊഷ്മസ്വേദം

അരി വേവിച്ച് ഉരുട്ടി കിഴി, മണൽക്കിഴി, ഓട് ചൂടാക്കി കിഴി, കല്ല് പൊടിച്ച് കിഴി, പല ഔഷധ ചൂർണങ്ങൾ കിഴി - ഇങ്ങനെ ഏതും ഏതുവിധേനയും ഊഷ്മസ്വേദനം ചെയ്യാം. കേരളീയ ചികിത്സാരീതിയിൽ ഊഷ്മസ്വേദത്തിന് ഞവരകിഴി ഏറെ പ്രശസ്തമാണ്. ഈ കിഴികൾ കേരളത്തിൽ പല രീതിയിൽ പ്രയോഗിച്ചുവരുന്നു. പ്രായോഗികമായി ഏറെ പ്രയോജനം ചെയ്യുന്ന ഊഷ്മസ്വേദമാണ് നാഡിസ്വേദം.

a) നാഡിസ്വേദം

ഊഷ്മസ്വേദത്തിന് വിധേയമാക്കേണ്ട രോഗിയെ എണ്ണയോ കുഴമ്പോ പുരട്ടി തളം വച്ച് സ്വസ്ഥമായി ഇരുത്തുക. പ്രഷർ കുക്കർ അല്ലെങ്കിൽ മൂടിയുള്ള കുടം ഇവയിൽ ഒരു നാഡി, (ഒരു ചെറിയ ട്യൂബ്) കടത്തുക. കുക്കറിൽ വാതഹരമായ ആവണക്കില, എരിക്കില മുതലായവ ചെറുതായി അരിഞ്ഞ് പാലോ വെള്ളമോ ചേർത്ത് വയ്ക്കുക. അടുപ്പ് കത്തുമ്പോൾ ആവി വരും. ഇത് വേറെയും രീതിയിൽ ചെയ്യാം. ആധുനിക കാലത്ത് ഇതിനായി വളരെ ഗുണമേറിയ ആഴിയന്ത്രങ്ങൾ നിലവിലുണ്ട്. ലോകമാകെ പ്രസിദ്ധിയാർജിച്ച സോനാബാത്ത് (Sauna bath) ഇതിന്റെ വകഭേദമാണ്. തല മാത്രം പുറത്തിടാവുന്ന തരം ആവിയന്ത്രത്തിൽ രോഗിയെ എണ്ണയിട്ട് തളം വച്ച് ഇരുത്തും. യന്ത്രത്തിൽ കൂടി ആവി വരും. ആവിയുടെ അളവ് സ്വിച്ചിൽ കൂടി നിയന്ത്രിക്കാൻ സാധിക്കും. നന്നായി വിയർത്താൽ പുറത്ത് വന്ന് ദേഹം തുടച്ച് സാമാന്യവിധിയിൽ പറഞ്ഞ കാര്യം ശീലിക്കുക.

ശ്രദ്ധിക്കേണ്ട വസ്തുതകൾ

ആവി പെട്ടെന്ന് പൊള്ളലുണ്ടാക്കും. ആവി കുഴൽ 2/3 ചുറ്റുണ്ടാവാൻ ശ്രദ്ധിക്കണം. ആവി കുഴലിൽ കൂടി വരുന്ന ചൂടുള്ള വെള്ളം രോഗിയുടെ പുറത്തു തട്ടരുത്. കുഴൽ വഴി രോഗിയുടെ ദേഹത്ത് ആവി ഏൽപ്പിക്കുക. പ്രഷർ കുക്കറിൽ നാഡി ഘടിപ്പിച്ച സ്ഥലത്തിൽക്കൂടി ആവി പുറത്ത് പോകാതിരിക്കാൻ പ്രത്യേകം ശ്രദ്ധിക്കണം. ആവിയുടെ ശക്തിയിൽ ചിലപ്പോൾ ട്യൂബ് തെറിച്ചു പോകും. ട്യൂബിന് ഒരു ഇഞ്ച് വ്യാസവും ഒരു മീറ്റർ നീളവും വേണം. അത് നന്നായി ഘടിപ്പിച്ച് കെട്ടി വയ്ക്കണം. രോഗി സ്വസ്ഥമായിരുന്ന് ഒരു കട്ടിയുള്ള തുണി വച്ച് തലയൊഴികെ മറ്റെല്ലാ ഭാഗം മൂടിയിട്ട് ആവികുഴൽ വഴി വരുന്ന ആവി ഏൽക്കാൻ തയ്യാറായി ഇരിക്കണം. ഇടയ്ക്ക് ആവികുഴലിൽ നിന്ന്

ഇറ്റുന്ന വെള്ളം രോഗിയുടെ മേൽ ഏൽക്കാതിരിക്കാൻ ആവി കൊടുക്കുന്ന ആൾ ശ്രദ്ധിക്കണം. വളരെ ലളിതവും ഫലവത്തതുമായ ആവി പ്രയോഗമാണിത്. ആവി തട്ടിപൊള്ളാതിരിക്കാനും കണ്ണിൽ ആവി ഏൽക്കാതിരിക്കാനും ശ്രദ്ധിക്കണം. കണ്ണ് കെട്ടി വയ്ക്കണം. നന്നായി വിയർഥുമ്പോൾ വിയർപ്പ് തുടച്ച് രോഗിയെ ആശ്വസിപ്പിക്കണം.

ആവി അധികമായാൽ: ചുട്ടുനീറ്റൽ, തലകറക്കം, ഛർദ്ദി, മോഹാലസ്യം, തളർച്ച, വെള്ളദാഹം ഇവ ഉണ്ടാകും. തദവസരത്തിൽ വൈദ്യൻ യുക്തമായ പരിഹാരം അടിയന്തരമായി ചെയ്യും.

b) പിണ്ഡസ്വേദം

കർക്കടകത്തിൽ സ്വേദത്തിന് കിഴി പിടിച്ച് തടവാം. കിഴികൾ പലതരം ഉണ്ട്. ഇവ പിണ്ഡസ്വേദനമെന്ന പേരിൽ ഇവ പ്രസിദ്ധമാണ്. ചരകാചാര്യൻ സങ്കരസ്വേദമെന്ന് വിളിച്ചിരിക്കുന്നത് ഈ പിണ്ഡസ്വേദത്തെയാണ്. ഔഷധങ്ങൾ കിഴി കെട്ടി പിണ്ഡരൂപം ആക്കി ചൂട് കൊടുക്കുന്നതിനാൽ പിണ്ഡസ്വേദമെന്നു പറയുന്നു. ഇത് വെന്ത അരി, മണൽക്കട്ട, ഓട്, പൊടിച്ച കല്ല്, ഇല, ധാന്യം, കരി ഇങ്ങനെ ഏതു വച്ചും ചെയ്യാം.

പിണ്ഡസ്വേദത്തിന് വിധിച്ചിരിക്കുന്ന ദ്രവ്യങ്ങൾ ഒരു തുണിയിൽ കെട്ടി കിഴിപിടിക്കുന്നു. തിലം, ഉഴുന്ന്, മുതിര, നെയ്യ്, തൈലം, മാംസം, ചോറ് ഇവ കൊണ്ടോ കരി, യവം, മണൽ, മണൽപ്പൊടി, ഇരുമ്പ് ഇവ വച്ചോ പിണ്ഡസ്വേദം ചെയ്യാം.

കേരളത്തിൽ പ്രസിദ്ധമായ പിണ്ഡസ്വേദം കർക്കടകത്തിൽ യുക്തംപോലെ ചെയ്യിക്കാവുന്നതാണ്.

പിണ്ഡസ്വേദത്തിന്റെ വകഭേദങ്ങൾ

1. വാലുകസ്വേദം
2. ബുഷപിണ്ഡ സ്വേദം
3. കരീഷ സ്വേദം
4. ചൂർണ പിണ്ഡസ്വേദം
5. പത്രപോടല സ്വേദം
6. നാരങ്ങാകിഴി
7. മുട്ട കിഴി
8. ഞവര കിഴി

1. വാലുകസ്വേദം

വളരെ ചിലവ് കുറഞ്ഞതും എന്നാൽ ഫലത്തിൽ ഏറെ ഗുണം ചെയ്യുന്നതുമാണ് വാലുകസ്വേദം. മുട്ടുവേദന, തോൾവേദന, കഫത്തോട് കൂടിയ വാതവികാരം ഇവയ്ക്ക് പ്രയോഗിക്കുന്നു. വാലുക എന്നാൽ മണൽ. ഈ മണൽ വറുത്ത് കിഴി കെട്ടി ചൂടു കൊടുക്കുന്നത് വാലുകാസ്വേദം. വേദനയുള്ളിടത്ത് കിഴി പിടിക്കണം.

2. ബുഷപിണ്ഡ സ്വേദം

തവിട്, വെളുത്തുള്ളി, മുരിങ്ങതോൽ, ഇന്തുപ്പ് ഇവ കിഴി കെട്ടി ശ്വാസകാസമുള്ള രോഗികൾക്ക് പതുക്കെ കിഴി കൊടുക്കുന്നു. വിഷസൂചിക എന്ന വയറ്റിലെ രോഗത്തിന് അടിവയറിനും, കാൽപാദത്തിലും ഈ സ്വേദം ചെയ്യുന്നു. പണ്ട് വീടുകളിൽ, വേദനയുള്ളിടത്ത് തവിട് മാത്രം വച്ച് കിഴികെട്ടി വിയർപ്പിക്കുമായിരുന്നു.

3. കരീഷ പിണ്ഡസ്വേദം

പലവിധ നാഡീ സംബന്ധമായ രോഗങ്ങളിൽ നാഡീസ്വേദം ചെയ്യാറുണ്ട്. ആട്ടിൻ കാഷ്ഠം (500 ഗ്രാം), ഇന്ദുപ്പ് (30 ഗ്രാം) എന്നിവ പുളിയിലച്ചാറിൽ ചേർത്ത് കിഴികെട്ടി അത് ധാന്യാമ്ലത്തിലോ അല്ലെങ്കിൽ നേരിട്ട് ചട്ടിയിൽ വച്ചോ ചൂടാക്കി കിഴി പിടിക്കാം.

4. ചൂർണ പിണ്ഡസ്വേദം

ഔഷധങ്ങൾ പൊടിപ്പിച്ച് കിഴികെട്ടി വിയർപ്പിക്കുന്നതിന് ചൂർണ പിണ്ഡസ്വേദമെന്ന് പറയുന്നു.

മുതിര മാത്രമായോ മുതിരയും മറ്റ് ഒരുപാട് മരുന്നുകളും ചേർത്ത് കോലകുലത്ഥാദി വച്ച് കിഴി പിടിക്കുന്ന രീതിയാണിത്.

വാതരോഗങ്ങിൽ ഈ കോലകുലത്ഥാദി ചൂർണകിഴി ഉപയോഗിക്കുന്നു. തടി ഉള്ളവർക്ക് കർക്കടകത്തിൽ കോലകുലത്ഥാദി ചൂർണ പിണ്ഡസ്വേദം ചെയ്യാം.

കോലകുലത്ഥാദി ചൂർണ്ണ ചേരുവകൾ

- ലന്ത
- മുതിര
- ദേവദാരു

- ചിറ്റരത്ത
- ഉഴുന്ന്
- അഗത്തി
- എള്ള്
- കൊട്ടം
- വയമ്പ്
- ശതകുപ്പ്
- യവം

മറ്റൊരു ധാന്യകിഴി

- ആവണക്കിൻ കുരു
- ഉലുവ
- കടുക്
- മുതിര
- ശതകുപ്പ
- ഉഴുന്ന്
- എള്ള്
- ചെറുപയറ്
- ഞവര

മരുന്ന് പൊടിച്ച് 200 ഗ്രാം എടുത്ത് വറുത്ത് കിഴികെട്ടി ഉപയോഗിക്കാം. നടുവേദന, സയാറ്റിക്ക, ഓസ്റ്റിയോ ആർത്രിറ്റിസ് എന്നീ അസുഖമുള്ളവർക്ക് കർക്കടകത്തിൽ ധാന്യകിഴി ചെയ്യാം.

ഈ പറഞ്ഞ ധാന്യങ്ങൾ കുറുന്തോട്ടി കഷായത്തിൽ മുക്കി കിഴി കൊടുക്കുന്നത് 'മുക്കികിഴി' എന്ന പേരിൽ പ്രസിദ്ധമാണ്. കുറുന്തോട്ടി കഷായം, ധാന്യാമ്ലം, പഞ്ചസ്നേഹം, പാൽ ഇവയിൽ മുക്കി കിഴി ചെയ്യാം. കർക്കടകത്തിൽ കേവലവാത രോഗങ്ങളിൽ ചെയ്യാവുന്ന കിഴിയാണിത്. Carpal tunnel Syndrome, Cervical Spondylitis എന്നീ അസുഖങ്ങളിൽ മുക്കി കിഴി നടത്തിയാൽ പ്രയോജനം ലഭിക്കുന്നു.

5. പത്രപോടല സ്വേദം (ഇലക്കിഴി)

വീട്ടിൽ ചെയ്യാൻ പറ്റുന്ന ലളിതമായ കിഴി പ്രയോഗമാണിത്.

- ആവണക്കില
- മുരിങ്ങയില
- പുളിയില
- നീർമാതളത്തില
- ഉങ്ങിന്നില
- എരുക്കില
- വാതം കൊല്ലിയില
- കരിനൊച്ചിയില

ഇവ ചെറുതായി അരിയുക. എന്നിട്ട് ചിരകിയ തേങ്ങ ചേർത്ത് വേപ്പെണ്ണ/എള്ളെണ്ണ/അവണക്കെണ്ണ ഇവയിൽ വാട്ടി പീര ചുവന്നു വരുമ്പോൾ കോരി സമചതുരമായ കോറതുണിയിൽ മുറുക്കി കിഴി കെട്ടുക. 4 - 8 കിഴി തയ്യാറാക്കാം. രോഗിയെ യുക്തമായി എണ്ണ തേയ്പ്പിച്ച് ഇരുത്തിയിട്ട് വേണം കിഴിപിടിക്കാൻ. ഓരോ ദിവസം പുതുതായി കിഴി എടുക്കുന്നതാണ് ഉത്തമം. 2-3 ദിവസം വരെ ഒരു കിഴി വേണ്ടി വന്നാൽ ഉപയോഗിക്കാവുന്നതാണ്. എണ്ണ തടവി ഇരിക്കുന്ന രോഗിയുടെ മേൽ കിഴി ചീനച്ചെട്ടിയിൽ വച്ച് ചൂടായി വരുമ്പോൾ എടുത്ത് ഉഴിയണം. നന്നായി വിയർക്കുന്നതു വരെ കിഴി ഉഴിയാം. സന്ധിവേദന, നട്ടെല്ലിനെ ബാധിക്കുന്ന രോഗങ്ങൾ, പക്ഷാഘാതം എന്നിങ്ങനെ ഉള്ള രോഗങ്ങളിൽ ഇലക്കിഴി പ്രയോഗിക്കാം.

6. നാരങ്ങാ കിഴി

- ചെറുനാരങ്ങ ചെറുതായി അരിഞ്ഞത് - എട്ട് എണ്ണം
- മഞ്ഞൾ
- മുതിര
- ഉലുവ - 100 ഗ്രാം
- ശതകുപ്പ - 100 ഗ്രാം
- കടുക്
- ഇന്തുപ്പ്

ഇവ തൈലത്തിൽ ചേർത്ത് ചെറുതീയിൽ വയറ്റി കിഴി കെട്ടി ഉഴിയുക.

നാരങ്ങാകിഴി പക്ഷാഘാതം, സന്ധിവേദന, മൂത്ര കൃച്ഛ്റം എന്നീ അവ

സ്ഥകളിൽ പ്രയോഗിക്കുന്നു. ഇതു തന്നെ രാസ്നാ, ശുണ്ഠി, ദേവദാരു എന്നിവ ചേർത്ത് നടുവേദനയ്ക്ക് ഉപയോഗിക്കുന്നു. നാരങ്ങാ കിഴിയിൽ കുറച്ച് തേങ്ങാപീരയും ആവശ്യമെങ്കിൽ ചേർക്കാറുണ്ട്.

7. മുട്ട കിഴി

- മുട്ടയുടെ മഞ്ഞ - 11 എണ്ണം
- നാരങ്ങ - 8 എണ്ണം
- വെളുത്തുള്ളി - 100 ഗ്രാം
- നിബതൈലം - ആവശ്യത്തിന്
- കോലകുലത്ഥാദി - 200 ഗ്രാം

പക്ഷാഘാത രോഗികൾക്കും നട്ടെല്ലിന് അസുഖമുള്ളവർക്കും നട്ടെല്ലിന് ക്ഷതം സംഭവിച്ചവർക്കും ഇത് നല്ലതാണ്.

ഞവരക്കിഴി

ഇത് പിഴിച്ചിൽപോലെ കേരളത്തിൽ പ്രസിദ്ധി ആർജിച്ച ചികിത്സാ രീതിയാണ്. കർക്കടകത്തിൽ ആവശ്യമെങ്കിൽ മാത്രം ചെയ്യാവുന്നതുമാണ്.

ചെയ്യേണ്ട രീതി

3 ലിറ്റർ പാൽ

3 ലിറ്റർ കുറുന്തോട്ടി കഷായം (കുറുന്തോട്ടി വേര് 16 ഇരട്ടി വെള്ളത്തിൽ ചേർത്ത് ¼ ആക്കി വറ്റിച്ചത്)

ഇതിന്റെ പകുതി എടുക്കുക - 1½ ലിറ്റർ

ഞവരയഴി - 3 നാഴി. ഞവരയരി പകുതി മാറ്റിവെച്ച കുറുന്തോട്ടി പാൽ കഷായത്തിൽ (ഒന്നര ലിറ്റർ) ചേർത്ത് വേവിക്കുക. വേവിച്ച് വറ്റുമ്പോൾ സമചതുരമായ എട്ട് കഷണം കോറതുണിയിൽ കിഴികെട്ടി വയ്ക്കുക.

രോഗിയെ പാത്തിയിൽ ഇരുത്തി തളം വച്ച് ആദ്യം ഞവരച്ചോറ് മന്ദോഷ്മമായി ശരീരത്തിൽ പുരട്ടണം. രണ്ട് പരിചാരകന്മാർ ഇരുവശത്ത് നിന്ന് പുരട്ടണം. പിന്നെ കിഴിപിടിക്കണം. ശേഷം മലർത്തി കിടത്തി കിഴിപിടിക്കണം. അരി വേവിച്ചത് പകുതി കുറുന്തോട്ടി കഷായം ഉപയോഗിച്ചാണല്ലോ. ബാക്കി പകുതി എടുത്ത് ചെറിയ തീയിൽ വച്ച്

കിഴി ചൂടാക്കി ഇടണം. ചൂട് എപ്പോഴും ഉള്ളം കൈ വച്ച് പരിശോധിച്ചിട്ട് വേണം ചെയ്യാൻ. ചൂട് കൂടിയാലും കുറഞ്ഞാലും പ്രശ്നം തന്നെയാണ്. കൂടുതൽ അസ്വസ്ഥത തോന്നുന്ന സ്ഥലത്ത് യുക്തിപോലെ കിഴി കൂടുതൽ തടവേണ്ടതാണ്.

കിഴി ചൂട് കുറഞ്ഞ് വരുമ്പോൾ അടുത്ത കിഴി ചൂടാക്കി തടവി കൊടുക്കണം. അവസാനം വരുന്ന ചോറ് രോഗിയുടെ ദേഹത്ത് പുരട്ടി കൊടുക്കുകയും വേണം. ½, ¾ മണിക്കൂറിൽ തുടങ്ങി സമയം വർദ്ധിപ്പിച്ച് 1മണിക്കൂർ വരെ ആക്കിയ ശേഷം വീണ്ടും സമയം കുറച്ച് കൊണ്ടുവരണം.

ഞവര കിഴി കെട്ടാതെ കുറുക്കിതേപ്പും കർക്കടകത്തിൽ ചെയ്യാവുന്നതാണ്. ഇതിനു മുൻപ് പറഞ്ഞതുപ്രകാരം ഞവരച്ചോറ് തയ്യാറാക്കിയതിനു ശേഷം ദേഹത്ത് പുരട്ടുന്ന പരുവത്തിലാക്കി തേയ്ക്കുക. ഇപ്രകാരം ചെയ്യുന്നതിനെ 'ഞവരകുറുക്കിത്തേപ്പ്' എന്ന പേരിൽ അറിയപ്പെടുന്നു.

കർക്കടകത്തിൽ ശരീരം മെലിഞ്ഞ് വരുന്ന കൗമാരക്കാരിലും മാംസശോഷം ഉള്ള മധ്യവയസ്കരിലും ഞവരകിഴി ചെയ്തു ഫലമായി കാണാറുണ്ട്.

ഉദ്വർത്തനം

കിഴി കൂടാതെ കർക്കടകത്തിൽ വിധിച്ചിട്ടുള്ള ഒരു കർമ്മമാണ് ഉദ്വർത്തനം. ഉദ്വർത്തനം എന്നാൽ പൊടി ഉപയോഗിച്ച തിരുമ്മുക. ഉദ്വർത്തനം കഫഹരവും മേദസ്സിനെ കുറയ്ക്കുന്ന ഒരു രീതിയുമാണ്. ദിനചര്യ എന്ന അധ്യായത്തിൽ ഉദ്വർത്തനം ചെയ്യാൻ വിധിക്കുന്നുണ്ട്.

യുക്തമായ ഒരു പൊടി (ചൂർണ്ണം), കോലകുലത്ഥാദി, കൊട്ടൻ ചുക്കാദി, ത്രിഫലയും മഞ്ഞളും എന്നിങ്ങനെ വ്യക്തിയുടെ അവസ്ഥക്കനുസരിച്ച് തിരഞ്ഞെടുക്കുക. വ്യക്തിയെ പാത്തിയിലോ ഉയരമുള്ള മേശയിലോ കിടത്തി, ഇരുവശത്തും പരിചാരകർ നിന്ന് പൊടി തിരുമ്മണം. താഴെ നിന്ന് മേലോട്ടാണ് തിരുമ്മേണ്ടത്. തിരുമ്മുന്ന പൊടി മൂക്കിലും കണ്ണിലുമൊന്നും പോകാതിരിക്കാൻ പ്രത്യേകം ശ്രദ്ധിക്കണം. 45 മിനിട്ട് - 1 മണിക്കൂർ ഇപ്രകാരം തിരുമ്മുക 7-14 ദിവസം വരെ ചെയ്യാം. കർക്കടകത്തിൽ കഫത്തിന് സമീകൃതാവസ്ഥയിൽ തുടർന്നുകൊണ്ട് പോകാൻ ഉദ്വർത്തനം ചെയ്യാം.

പ്രമേഹികൾ, സ്ഥൂലശരീരികൾ എന്നിവർക്ക് ഈ പൊടി തിരുമ്മു

കഴിഞ്ഞ് മാത്രമേ മറ്റ് വിധികൾ ചെയ്യാവൂ. 1 മണിക്കൂർ കഴിഞ്ഞ് പൊടി നന്നായി തുടച്ച് കളഞ്ഞ് വിശ്രമിച്ചിട്ട് ചെറു ചൂടുവെള്ളത്തിൽ കുളിക്കണം.

VI. ദ്രവസ്വേദം - അവഗാഹം, ധാര, കുഴമ്പ്

- **അവഗാഹസ്വേദം**

വാതഹരമായ ഇലകൾ ഇട്ട് തിളപ്പിച്ച വെള്ളമോ അഥവാ വെയ്പ്പ് കാടിയോ നിറച്ച ഒരു വലിയ ടബ്ബിൽ രോഗിയെ എണ്ണയോ കുഴമ്പോ പുരട്ടിയ ശേഷം ഇറക്കിയിരുത്തി വിയർപ്പിക്കുന്ന രീതിയാണ് അവഗാഹം. ഇരിക്കുമ്പോൾ ഇടുപ്പ് ഭാഗത്തിന് മുകളിൽ വെള്ളം അഥവാ കഷായം ഉണ്ടാവണം. ചൂട് കുറയുമ്പോൾ കുറച്ച് കഷായം മാറ്റി ചൂടുള്ള കഷായം ഒഴിച്ച് കൊടുക്കണം.

ഫലശ്രുതി - പലവിധത്തിലെ വയറുവേദന, ശരീരവേദന, മൂത്രം പോകാൻ ബുദ്ധിമുട്ട്, മലബന്ധം, അർശസ്സ്, നടുവേദന തുടങ്ങിയ രോഗാവസ്ഥയിൽ ഇത് വളരെയേറെ ഫലം കാണാവുന്നതാണ്.

- **ധാര** – ചികിത്സ പിഴച്ചലിന് സമാനമാണ്. ഇവിടെ വാതഹരങ്ങളായ ഇലകളിട്ട് തിളപ്പിച്ച വെള്ളം അരിച്ചു വച്ച് രോഗിയെ എണ്ണയിട്ട് തോണിയിൽ ഇരുത്തി കഴുത്തിന് കീഴ്പ്പോട്ട് വസ്ത്രം പുതപ്പിച്ച് അഥവാ പുതപ്പിക്കാതെയോ കഷായം ചെറുചൂടിൽ കിണ്ടി വച്ച് രണ്ടുപേർ ഇരു പാർശ്വങ്ങളിൽ നിന്ന് ധാരയായി ഒഴിക്കണം. കിടക്കേണ്ടത് പിഴിച്ചലിന് സമാനമായ രീതിയിൽ തന്നെയാണ്.

ഈ പറഞ്ഞ സ്വേദങ്ങൾ എല്ലാം കർക്കടകത്തിൽ ചെയ്യാവുന്നതാണ്.

ഊഷ്മസ്വേദങ്ങളിൽ പ്രധാനമാണ് കാടി ഉപയോഗിച്ചുള്ള ധാര. ഏകഭാഗം വശം കെട്ടിയലുകിൽ മുഴുവൻ കാടിധാര വിധേയാ എന്ന് പറയപ്പെടാറുണ്ട്. ശയ്യാവലംബിയായ പക്ഷാഘാത രോഗങ്ങൾ കാടിധാര കഴിയുമ്പോൾ സ്ഥിതി ഏറെ മെച്ചപ്പെട്ട് കാണാറുണ്ട്.

പിഴിച്ചിൽ (സ്നേഹധാര)

ദ്രവസ്വേദനം രണ്ട് വിധം - പരിഷേകം, അവഗാഹം. കർക്കടകത്തിൽ വിധിച്ചിട്ടില്ലെങ്കിലും സ്വേദ പ്രയോഗത്തിൽ കേരളീയ വൈദ്യന്മാരുടെ അഗ്രഗണ്യമായ ചികിത്സാ പ്രയോഗമെന്ന രീതിയിൽ പിഴിച്ചിൽ പ്രശസ്തമാണ്.

ഉപകരണങ്ങൾ

എണ്ണത്തോണി, എണ്ണ ചൂടാക്കാനുള്ള ചീനച്ചട്ടി, ഗ്യാസ്, തുണി, വെള്ള തുണിക്കഷണം, തളം വയ്ക്കാൻ സാമഗ്രികൾ, ക്ലോക്ക്, ഒരു മുഴം സമചതുരത്തിലുള്ള 4 കോറ തുണി, തലയ്ക്ക് ചുറ്റാൻ വർത്തി, തവി, പാത്രങ്ങൾ, അടുപ്പ്, തോർത്ത്, തലകുളിക്കുന്നതിനുള്ള നെല്ലിക്ക വെന്തവെള്ളം, ദേഹം കുളിക്കാൻ നാൽപ്പാമര വെള്ളം, ഈഞ്ച, പയറു പൊടി, രാസ്നാദി ചൂർണം, ഗന്ധർവ ഹസ്ത്യാദി കഷായം എന്നിവയാണ് വേണ്ട സാധനസാമഗ്രികൾ.

ചെയ്യേണ്ട വിധം

മിഥുനം, തുലാം, കുംഭം മാസങ്ങളിലാണ് പിഴിച്ചിൽ വിധിച്ചിരിക്കുന്നത്. ഡോക്ടറുടെ മേൽനോട്ടത്തിലും നിർദേശത്തിലും മാത്രം ചെയ്യാവുന്നതാണിത്. രോഗിയെ സ്വസ്ഥമായി ഇരുത്തിയിട്ട് തളം വയ്ക്കുക. രോഗി കിഴക്കോട്ട് തല വച്ച് തോണിയിൽ കിടക്കണം. തലേന്നാൾ കഴിച്ച ആഹാരം ദഹിച്ചു എന്ന് ഉറപ്പ് വരുത്തി മലമൂത്ര വിസർജനം നടത്തിയതിനുശേഷം അടിവസ്ത്രം മാത്രം ധരിപ്പിച്ച് രോഗിക്ക് വൈദ്യൻ തളം വയ്ക്കുക. എണ്ണ ചെവിയിൽ ഇറ്റിക്കുകയും തലയിൽ എണ്ണ വയ്ക്കുകയും ചെയ്യണം. ഒരു ചെറിയ തുണി കഷണം തലയ്ക്ക് ചുറ്റികെട്ടണം. ചെവിക്കടുത്ത് തലയുടെ പുറകിൽ ഒരു വശത്തായിരിക്കണം കെട്ട് വരേണ്ടത്. കെട്ട് അധികം മുറുകരുത്.

തുടർന്ന് നാഡിമിടിപ്പ്, രക്തസമ്മർദ്ദം ഇവ സമമാണോ എന്ന് പരിശോധിക്കുക. അനന്തരം രണ്ടുപേർ പാത്തിയുടെ ഇരുവശത്ത് നിന്ന് ആദ്യം കുറച്ച് എണ്ണ ദേഹമാസകലം പുരട്ടണം. ശേഷം ഒരു നിശ്ചിത അളവ് പൊക്കത്തിൽ തുണി മുക്കി എണ്ണ ദേഹത്തൊഴിച്ച് മറ്റേ കൈകൊണ്ട് മൃദുവായി തടവണം. ഒരു പരിചാരകൻ തൈലം മന്ദോഷ്മമായി അടുപ്പിന്റെ വക്കിൽ നിന്ന് ചൂടാക്കി പാത്തിയുടെ താഴെ ഘടിപ്പിച്ചിരിക്കുന്ന പാത്രത്തിൽ കൃത്യമായി എത്തിച്ചു കൊടുക്കണം. പരിചാരകർ രണ്ടുപേരിൽ കൂടുതലുണ്ടെങ്കിൽ ശരീരത്തിന്റെ മധ്യഭാഗത്തിനടുത്ത് നിൽക്കുന്നവർ കരാഗ്രം മുതൽ കടിപ്രദേശം വരെയും കാൽമുട്ടിനടുത്ത് നിൽക്കുന്നവർ ഇടുപ്പ് മുതൽ പാദാഗ്രം വരെയും കുഴമ്പ് പിഴിഞ്ഞ് വീഴ്ത്തണം. ഒഴിക്കുന്ന ധാര അവിച്ഛിന്നമായിരിക്കണം. വേഗം കൂടുകയോ കുറയുകയോ അരുത്. പാത്തിയിൽ വീഴുന്ന എണ്ണ ധാര പാത്തിയിലെ ഓവിൽക്കൂടി ശേഖരിച്ച് വീണ്ടും വീണ്ടും ധാര

ചെയ്തുകൊണ്ടിരിക്കണം.

ധാര ചെയ്യുമ്പോൾ ചൂട് കൂടാതെയും കുറയാതെയും ശ്രദ്ധിക്കണം. ധാരമുറിയാൻ പാടില്ല. 12 വിരൽ പൊക്കത്തിൽ നിന്നുള്ള ധാരയുടെ പൊക്കം കൂടാനോ കുറയാനോ പാടില്ല.

ധാരദ്രവ്യം വൈദ്യൻ ആണ് നിശ്ചയിക്കുക. ധാന്വന്തരം, കാർപ്പാസ്യസ്ഥാദി, ക്ഷീരബല, പിണ്ഡതൈലം ഇങ്ങനെ ധാരദ്രവ്യത്തിന്റെ തെരഞ്ഞെടുപ്പ് വൈദ്യൻ തീരുമാനിക്കും.

കിടക്കേണ്ട വിധം (Position)

ആദ്യം ഇരുത്തി, പിന്നെ മലർത്തി കിടത്തിയ ശേഷം ഇരുപാർശ്വങ്ങളിലേക്കും ചരിച്ചും കമഴ്ത്തിയും കിടത്തി വീണ്ടും മലർത്തി കിടത്തി അവസാനം എഴുന്നേൽപ്പിച്ചിരുത്തി ആണ് ഈ വിധി ചെയ്യുന്നത് വിയർക്കുമ്പോൾ പരിചാരകൻ കണ്ണ്, മൂക്ക് ഇവ തുണിക്കഷണത്താൽ തുടയ്ക്കണം. 45 മിനിറ്റ് മുതൽ 1 മണിക്കൂർ വരെ പിഴിയാം. സമയം കഴിഞ്ഞാൽ തളം മാറ്റി തല തുടച്ച് കുഴമ്പ് വടിച്ച് കളഞ്ഞ് തല നെല്ലിക്ക വെന്ത വെള്ളത്തിലും ദേഹം നാൽപ്പാമരത്തൊലി വെന്ത വെള്ളത്തിലും കഴുകി എണ്ണമയം മാറാൻ പയറ്പൊടി ഇട്ട് തേച്ച് കളയണം കുളി കഴിഞ്ഞ് വസ്ത്രം മാറി ഗന്ധർവഹസ്താദി കഷായം കുടിക്കണം. പിന്നീട് ഇരിക്കുകയോ കിടക്കുകയോ ആവാം. ഉറങ്ങാൻ പാടില്ല. കഷായം ദഹിച്ച് വിശപ്പ് വന്നാൽ കഞ്ഞി കുടിക്കുക. 7, 14, 21 എന്നീ ക്രമത്തിൽ രോഗകാഠിന്യമനുസരിച്ച് പിഴിച്ചിലിന് ദിവസക്രമം നിർണയിക്കണം. രോഗത്തിനനുസരിച്ച് എണ്ണ നിശ്ചയിക്കാം. കാർപ്പാസ്ഥ്യസാദി, ധാന്വന്തരം, കൊട്ടം ചുക്കാദി, സഹചരാദി ഇവയിൽ ഏതു ആവാം.

ധാര അഥവാ പിഴിച്ചിൽ - ഇവയുടെ ഗുണം

ധാരകൾ എല്ലാം തന്നെ ശരീരത്തിനു ദൃഢതയും പചനശക്തി വർദ്ധിപ്പിക്കുകയും നിറം, ഓജസ്സ് എന്നിവയെ ഉണ്ടാക്കുകയും ചെയ്യുന്നു. വിഷയഗ്രഹണത്തിന് കഴിവും വാർധക്യം കൊണ്ടുണ്ടാകുന്ന ജരയ്ക്ക് നാശവും ദീർഘായുസ്സും ഉണ്ടാക്കുകയും അസ്ഥികളിലെ കേടുപാടുകളെ ശമിപ്പിക്കുകയും ചെയ്യും.

ഇത്രയും ഗുണമുള്ള ചികിത്സാ സമ്പ്രദായമായതിനാൽ കർക്കടകത്തിൽ വിധിച്ചിട്ടില്ലെങ്കിൽ പോലും യുക്തമെന്ന് തോന്നുന്ന പക്ഷം കാടിധാരയോ, തൈലധാരയോ ചെയ്യാം. വ്യക്തി അതിന് അർഹനാണോ എന്ന് പ്രത്യേകം ശ്രദ്ധിക്കണം.

തക്രധാര

ധാര മോര് കൊണ്ടാണ് ചെയ്യുന്നതെങ്കിൽ അതിനെ തക്രധാര എന്നാണ് വിളിക്കാറ്.

ചെയ്യേണ്ട വിധം

കേടില്ലാത്ത ഉണങ്ങിയ നെല്ലിക്ക കുരു കളഞ്ഞ് 780 മില്ലി വെള്ളത്തിൽ കഷായം വച്ച് 1/4 ആക്കി വറ്റിച്ച് മോര് സമം ചേർത്ത് തയ്യാറാക്കി ധാര ചെയ്യണം. ധാര ചെയ്യുന്ന കുടത്തിന്റെ മധ്യത്തിൽ ഒരു ചെറിയ ദ്വാരം ഉണ്ടായിരിക്കും. അതിലൂടെ സമമായി ഒരു കട്ടിയുള്ള തിരി കടത്തി, രോഗിയുടെ തലയിൽ നിന്ന് പന്ത്രണ്ട് വിരൽ ഉയരത്തിൽ നിൽക്കത്തക്കവിധം സ്റ്റാൻഡിൽ കെട്ടിത്തൂക്കി ധാരപാത്തിയുടെ സമീപത്തായി നിറുത്തുക. രോഗിയുടെ നെറ്റിയിൽ ചുറ്റും ശീല വച്ച് അധികം അയയാതെയും മുറുകാതെയും കെട്ടിയിരിക്കണം. ചെറിയ രീതിയിൽ നെറ്റി, നെഞ്ച് എന്നിവിടങ്ങളിൽ യുക്തമായ എണ്ണതേച്ച് രോഗിയെ ധാരപാത്തിയിൽ കിടത്തി, സ്റ്റാൻഡിൽ നിന്ന് തൂങ്ങുന്ന ധാരപാത്രം, തിരി എന്നിവയുടെ നില ശരിയാണോ എന്നുറപ്പ് വരുത്തുക. തയ്യാറാക്കി വച്ചിരിക്കുന്ന തക്രം ധാരപാത്രത്തിലൊഴിപ്പിച്ച് ധാര ചെയ്യുക. നെറ്റിയുടെ ഇരുവശങ്ങളിൽ തക്രം വീഴുന്ന തരത്തിൽ ധാരപാത്രം അനക്കി കൊടുക്കണം. തലയിൽ മുഴുവൻ ധാര വീഴുമ്പോൾ മന്ദമായി തലോടി കൊടുക്കുകയും വേണം. തക്രധാര ഗുണങ്ങൾ - തലമുടി നരയ്ക്കുന്നതിനും തളർച്ചയും ശോഷവും ദോഷ കോപവും മാറ്റി സ്വസ്ഥത ഉണ്ടാക്കി മനസുഖം നൽകുന്നതിനും ഉതകുന്നു.

ശിരസ്സിൽ ചെയ്യുന്ന ധാര നേത്രരോഗങ്ങളെയും ശമിപ്പിക്കും. തൈലമായാലും തക്രമായാലും ധാര ഉറക്കമില്ലാത്ത ചില രോഗങ്ങൾക്ക് ഫലപ്രദമായി കാണാറുണ്ട്. ഇതുകൂടാതെ കർക്കടകത്തിൽ തക്രധാര ചെയ്യുന്നത് മാനസിക പിരിമുറുക്കം കുറയ്ക്കാൻ സഹായിക്കുന്നു. മാനസിക പിരിമുറക്കം കുറയുന്നത് എല്ലാ അംഗങ്ങൾക്കും നല്ലതാണെങ്കിൽ ചർമ്മ കാന്തി വർദ്ധിപ്പിക്കാൻ ഇത് ഏറെ ഗുണം ചെയ്യും.

കർക്കടകത്തിൽ തക്രധാര നിർബന്ധമില്ല. എന്നാൽ ഏതെങ്കിലും തരത്തിലുള്ള ശിരോരോഗം ബാധിച്ചവർക്ക് ഈ ചികിത്സാരീതി അത്യാവശ്യമാണ് എന്നു തോന്നുന്നുവെങ്കിൽ മാത്രം വൈദ്യനിർദ്ദേശമനുസരിച്ച് ചെയ്യാം.

മൂർധതൈലം

മൂർധതൈലം ശാസ്ത്രത്തിൽ അതിപ്രാധാന്യത്തോടെ പ്രതിപാദിച്ചിട്ടുണ്ട്. മൂർധതൈലം എന്നാൽ മൂർധാവിൽ വയ്ക്കുന്ന തൈലം. അത്. അഭ്യംഗം, പരിഷേചനം, പിചു, വസ്തി എന്നിങ്ങനെ 4 തരത്തിൽ ഉണ്ട്. യുക്തമെന്ന് തോന്നുന്ന പക്ഷം കർക്കടകത്തിൽ ചെയ്യാറുണ്ട്.

1) അഭ്യംഗം - എണ്ണതേയ്ക്കുക. (സാധാരണ നാം തലയിൽ എണ്ണ തേയ്ക്കുന്നത് ഇത്തരത്തിലുള്ള മൂർധതൈല രീതിയാണ്. *അഭ്യംഗമാചരേത് നിത്യം* എന്ന് ദിനചര്യ അധ്യായത്തിൽ എടുത്തു പറയുന്നുണ്ട്). അതിന് അർത്ഥം എന്നും എണ്ണ ശീലിക്കേണ്ടതാണ് എന്നാണ്.

2) പരിഷേചനം - നാം മുൻപ് പ്രതിപാദിച്ച ധാരവിധികൾ തന്നെ തലയിൽ ചെയ്യുന്നുവെങ്കിൽ അത് ശിരോധാര/പരിഷേചനം.

3) പിചു - പഞ്ഞിയിലോ പരുത്തി തുണിയിലോ എണ്ണ നനച്ച് നിശ്ചിത സമയം തലയിൽ വയ്ക്കുന്ന രീതി. കഴുത്തിന് മുകളിൽ വരുന്ന അസുഖങ്ങളിൽ ഈ രീതി ഫലപ്രദമായി ഉപയോഗിക്കുന്നു. പിചു ഏറ്റവും പ്രയോജനപ്പെടുന്നത് കൗമാരഭൃത്യം (Pediatrics) വകുപ്പിലാണ്. ബാലന്മാർക്ക് വരുന്ന വിവിധ രോഗങ്ങളിൽ പിചു ഫലപ്രദമായി ചെയ്തു വരുന്നു.

4) ഇതിനേക്കാൾ ഗുണം കൂടിയ ചികിത്സാരീതിയാണ് ശിരോവസ്തി. കേരളീയ വൈദ്യന്മാർ ഒരു പ്രധാന ചികിത്സയായി തന്നെ ഇതിനെ ചെയ്തു വരുന്നു. മുഖം കോടുന്ന അവസ്ഥ, കാത് വേദന, ബാധിര്യം എന്നിങ്ങനെ നിരവധി അസുഖമുള്ളവർക്ക് ഇത് ചെയ്ത് വരുന്നു. എണ്ണ തേപ്പ് വിധിച്ചിട്ടില്ലാത്ത ശ്വാസ, കാസ, ആസ്ത്മരോഗികൾക്ക് ഈ ചികിത്സ വിധിച്ചിട്ടില്ല.

ഈ സ്വേദങ്ങളിൽ എല്ലാം ചെയ്യാൻ പ്രായോഗികമായി സാധിക്കില്ലാത്തതിനാലും ആവശ്യമില്ലാത്തതിനാലും യുക്തമായത് രോഗിയുടെ പ്രകൃതി, ശാരീരിക അസ്വസ്ഥതകൾ ഇവ നോക്കിയിട്ട് തിരഞ്ഞെടുക്കുന്നു. ഇന്ന് വ്യാപകമായി കർക്കടക ചികിത്സയിൽ ചെയ്തു വരുന്ന കിഴികളും ധാരകളും യഥാർത്ഥത്തിൽ ശാസ്ത്രത്തിൽ ശോധനത്തിന് മുൻപ് ഒരു പൂർവകർമ്മമായി നിഷ്കർഷിച്ചിട്ടുള്ളതാണ്. എന്നാൽ പ്രയോഗത്തിൽ ഏറെ ഗുണം കാണാറുള്ളതുകൊണ്ട് പലേയിടങ്ങളിലും ഇന്ന് ഇത് ഒരു പ്രധാന ചികിത്സയായി ചെയ്തു വരുന്നു. വിദേശികളുടെ പണം ലക്ഷ്യമിട്ട് ആയുർവേദചികിത്സ യാതൊരു വിധത്തിലുള്ള മാനദണ്ഡങ്ങളും നോക്കാതെ പ്രയോഗിക്കുന്നതു പലയിടത്തും പതിവായിരി

ക്കുന്നു. യഥാർത്ഥത്തിൽ ചികിത്സ നിർദേശിക്കാൻ യോഗ്യതയില്ലാത്ത വ്യാജവൈദ്യന്മാർ പണം സമ്പാദിക്കുക എന്ന ലക്ഷ്യം വച്ച് പിഴിച്ചിലും ഞവരക്കിഴിയും യാതൊരുവിധ മാനദണ്ഡങ്ങളും പാലിക്കാതെ ചെയ്യുന്നു. ഓരോ ക്രിയയും തിരഞ്ഞെടുക്കേണ്ടത് ഡോക്ടറുടെ ചുമതലായാണ്. കർക്കടകത്തിൽ ചെയ്യേണ്ട സ്വേദവിധിയാണെങ്കിൽ പോലും വ്യക്തികൾക്കനുസൃതമായി ചെയ്യേണ്ട സ്വേദവിധിയും ചെയ്യേണ്ട സമയവും വ്യത്യസ്തമായിരിക്കും. ഒരിക്കലും സ്വയം ചികിത്സയ്ക്കോ പകുതി അറിവുള്ളവരുടെ അഭിപ്രായം കേട്ട് പരീക്ഷണങ്ങൾക്കോ മുതിരരുത്. കോലകുലത്ഥാദി ഉദ്വർത്തനവും, പൊടി കിഴികളും അവസ്ഥക്കനുസരിച്ച് കർക്കടക ചികിത്സയിൽ ചെയ്യാവുന്നതാണ്. ധാരകൾ ആവശ്യമെന്ന് തോന്നുന്ന പക്ഷം വൈദ്യ നിർദ്ദേശത്തോടെ വൈദ്യനിരീക്ഷണത്തിൽ മാത്രം ചെയ്യേണ്ടതാണ്.

സ്നേഹസ്വേദത്തിന്റെ പ്രയോജനങ്ങൾ

സ്നേഹം ഉള്ളിൽ പ്രയോഗിക്കുമ്പോൾ

ഔഷധ യുക്തമായ നെയ്യ് ഉണ്ടാക്കുന്ന രീതി പ്രത്യേക വിധി അനുസരിച്ചാണ്. തൈലങ്ങളും വിധിക്കനുസരിച്ച് ആണ് തയ്യാർ ചെയ്യുന്നത്. കർക്കടകത്തിൽ കുറഞ്ഞ മാത്രയിലോ പെട്ടെന്ന് ശരീരത്തെ എണ്ണമയമാക്കുന്ന രീതിയിൽ കഞ്ഞിയിൽ ചേർത്തോ കഴിക്കുന്ന രീതി കൊണ്ട് ഉദ്ദേശിക്കുന്നതു ദഹനശക്തി വർദ്ധിപ്പിക്കലാണ്. 'സ്നേഹമേവ പരം വിദ്യാത് ദുർബലാനല ദീപനം എന്നും വ്യാധിമുക്തസ്യ സർപ്പിരേവാഗ്നിദീപനൈഃ എന്നും പറഞ്ഞിട്ടുണ്ട്. അതായത് പചനശക്തി കുറഞ്ഞവന് നെയ്യോ തൈലമോ ആണ് ശ്രേഷ്ഠം. കാതലുള്ള വിറക് കത്തിച്ചാൽ അഗ്നി ദീർഘസമയം ജ്വലിച്ചു നിൽക്കുന്നതിന് തുല്യമാണ് ആഹാരത്തോട് ചേർത്തു കഴിക്കുന്ന നെയ്യ് ചെയ്യുന്നത്. അത്തരം ഇന്ധനം ദഹനശക്തിയെ പ്രകൃത്യാവസ്ഥയിൽ സ്ഥിരമായി നിറുത്തുന്നു. കർക്കടകത്തിൽ രോഗമില്ലെങ്കിൽ പോലും ബലം മുൻനിറുത്തി കഞ്ഞിയിൽ ചേർത്ത് കഴിക്കുന്ന ഈ സ്നേഹം (നെയ്യ്) ശരീരത്തിന്റെ ഓരോ കോശത്തിലും പ്രവർത്തിക്കുന്ന അഗ്നിയെ സംരക്ഷിച്ച് പചനശക്തിയെ പരിപാലിച്ച് ആരോഗ്യത്തെയും പുഷ്ടിയെയും ദീർഘായുസ്സിനെയും ഉണ്ടാക്കുന്നു. ഒരു മാസം കഞ്ഞിയിൽ ചേർത്ത് കഴിക്കുന്ന ഇത്തരം സ്നേഹങ്ങൾ മറ്റ് അപകടങ്ങൾ കൂടാതെ ബലത്തെ ക്രമേണ പുനഃസ്ഥാപിക്കുന്നു.

നമ്മുടെ തൊലി 22 സ്ക്വയർ ഫീറ്റ് നീളമുള്ളതാണ്. അത്ഭുത കര

മായ ഒരു വസ്തുത എന്തെന്നാൽ 1 sqmm തൊലിയിൽ 79 സെ.മി. രക്തക്കുഴലുകൾ 55 സെ.മീ, നാഡികൾ, 100 സ്വേദഗ്രന്ഥികൾ, 15 എണ്ണ ഗ്രന്ഥികൾ, 230 സംജ്ഞാവഹ നാഡികൾ ഇവയുണ്ടാകും. 50 ലക്ഷം കോശങ്ങൾ ദിനംതോറും നശിക്കുകയും ഉണ്ടാകുകയും ചെയ്തുകൊണ്ടേയിരിക്കുന്നു. ഒരു മിനിട്ടിൽ തൊലിയിൽ നിന്ന് 30,000 മുതൽ 40,000 മൃതകോശങ്ങൾ നശിച്ചുപോയികൊണ്ടേയിരിക്കുന്നു. നമ്മുടെ ശരീരത്തിൽ കട്ടിയുള്ള തൊലിയും കട്ടിയില്ലാത്ത തൊലിയും ഉണ്ട്. ശരീരത്തിന് സംരക്ഷണം നൽകുക, താപനില സമീകരിക്കുക, സൗന്ദര്യം ഉണ്ടാക്കുക, വിറ്റാമിൻ ഉൽപ്പാദിപ്പിക്കുക, മല ബഹിഷ്കരിക്കുക, അവശ്യസാധനങ്ങളുടെ ആഗിരണം എന്നിങ്ങനെ ചർമത്തിന് ഒട്ടനവധി ധർമങ്ങളുണ്ട്. ഒരു വ്യക്തിയുടെ ബാഹ്യസൗന്ദര്യം ഏറെക്കുറെ തൊലിയുടെ സൗന്ദര്യമാണ്. ആയുർവേദത്തിൽ 30 വയസ്സു മുതൽ 'പ്രഭ' നശിക്കുന്നുവെന്നും 50 വയസ്സു മുതൽ ത്വക്കിന് നാശം സംഭവിച്ചു തുടങ്ങുമെന്നും സൂചനയുണ്ട്. പിത്തത്തിന്റെ ഒരു ഘടകമായ ഭ്രാജക പിത്തം സ്ഥിതി ചെയ്യുന്നത് ത്വക്കിന്റെ ഒരു പാളി ആയ 'അവഭാസിനി' യിലാണ്. അവഭാസിനിയാണ് ത്വക്കിന് വർണം നൽകുന്നത്. നമ്മുടെ ശരീരത്തിൽ തൊലിയിൽ പുരട്ടുന്ന ഔഷധങ്ങളുടെ പചനം നടത്തുക എന്നത് ഭ്രാജകപിത്തത്തിന്റെ ധർമ്മമാണ്. ത്വക്കിന്റെ ഉപരിപാളിയിൽ വെള്ളത്തെ വികർഷിപ്പിക്കുന്ന ഘടകങ്ങൾ ഉണ്ട്. ത്വക്കിലെ Keratin എന്ന പാളി ശരീരത്തിലെ ജലാംശത്തിന്റെ അളവ് സ്വേദത്തിലൂടെ ക്രമീകരിക്കുന്ന

തിനാലും അതുവഴി ശരീരത്തിലെ ഉദകത്തെ ധരിക്കുന്നതിനാലും ത്വക്കിന് 'ഉദകധര' എന്ന ധർമം ഉണ്ട്. ത്വക്കിനു 8-10% വരെ ശരീരത്തിലെ രക്തത്തെ സംഭരിക്കാൻ കഴിവുള്ളതിനാൽ ത്വക്കിന് അസൃക്ധര (അസൃക് - രക്തം) എന്ന ധർമവും ഉണ്ട്. ത്വക്കിലൂടെയാണ് നാം സ്പർശം തിരിച്ചറിയുന്നത്. സ്പർശം വാതഗുണവുമാണ്. സർവശരീരത്തിലും വ്യാപിച്ചു കിടക്കുന്ന ത്വക്ക് സ്പർശത്തെ നിർവഹിക്കുന്നു.

എണ്ണതേപ്പ്, സ്വേദാദി കർമങ്ങൾ തുടങ്ങിയവ വേദനയെ മാറ്റുന്നതിന് എങ്ങനെ സഹായിക്കുന്നു? ശരീരത്തിലെ വേദനയെ ഗ്രഹിക്കുന്ന നാഡികൾ, നട്ടെല്ലിൽ ചെല്ലുകയും അവിടെ ന്യൂറോട്രാൻസ്മിറ്റേർസ് ഉൽപ്പാദിപ്പിക്കുകയും ചെയ്യുന്നു. ഈ സംവേദനം തലച്ചോറിലെത്തുമ്പോൾ വേദന എവിടെയാണ് ഉൽപ്പാദിപ്പിക്കപ്പെടുന്നു എന്നത് വ്യക്തി തിരിച്ചറിയുന്നു. തലച്ചോറിൽ തന്നെ വേദനയെ സഹിക്കാനുള്ള ആവേഗങ്ങൾ പുറപ്പെടുവിക്കുന്നു. വേദനയുള്ളിടത്ത് നാം തടവുന്നു എന്നിരിക്കട്ടെ, വേദനയെ കൊണ്ടുപോകുന്ന നാഡികളുടെ കൂടെ തടവുന്ന സ്പർശത്തെ കൊണ്ടുപോകുന്ന നാഡികളുമുണ്ട്. ഈ നാഡികൾ സ്പൈനൽ കോർഡിൽ എത്തി വേദനയെ ഉണ്ടാക്കുന്ന ന്യൂറോട്രാൻസ്മിറ്റേഴ്സിനെ (Neurotransmitters) നിരോധിക്കുന്നു. എണ്ണ തേപ്പ്, പിഴിച്ചിൽ, ധാര ഇവിടെയെല്ലാം ഈ വേദനനിരോധിത പ്രക്രിയ നടക്കുന്നുണ്ട്. ഇതു കൂടാതെ ഔഷധങ്ങൾ എത്ര ആഗിരണം ചെയ്യുന്നുവെന്നത് പല ഘടകങ്ങളെ ആശ്രയിച്ചിരിക്കുന്നു.

ത്വക്കിന്റെ ആരോഗ്യം, ആഗിരണം ചെയ്യാനുള്ള കഴിവ്, ത്വക്കിൽ എത്രത്തോളം ഔഷധം വീഴുന്നു, എത്രത്തോളം സൂക്ഷ്മസ്രോതസ്സിലൂടെ ഉള്ളിൽ പ്രവേശിക്കുന്നു, ഉപയോഗിക്കുന്ന ദ്രവ്യങ്ങൾ എന്നിവ അവയിൽ ചിലതാണ്. സ്വേദിപ്പിക്കുന്നതും ധാര ചെയ്യുന്നതും മനസ്സിനും ശരീരത്തിനും ഉന്മേഷവും ശാന്തിയും നൽകും. ചൂട് കൊടുക്കുന്നതു വേദന സംഹാരത്തിന് നല്ലതാണ്. ചെറുതായി ചൂടാക്കി ശിരോധാര ചെയ്യുന്നത് ഉറക്കക്കുറവിനും മാനസിക രോഗങ്ങൾക്കും ഏറെ ഫലപ്രദമാണ്. ഇവിടെ സ്പർശഗുണം, പിന്നെ ഔഷധഗുണം എന്നിവ മനസ്സിന് ശാന്തി നൽകി അസുഖം മാറ്റാനും കാരണമായി തീരുന്നു. ഒരു പക്ഷേ ആരോഗ്യമുള്ള ഒരു വ്യക്തി കർക്കടകത്തിൽ ഇത്തരം ചികിത്സകൾക്ക് വിധേയനായാൽ ശരീരത്തിനും മനസ്സിനും ലഭിക്കുന്ന ഗുണമാണ് അവരെ അടുത്ത കൊല്ലം വീണ്ടും ചികിത്സ ചെയ്യാൻ പ്രേരിപ്പിക്കുന്നത്. കൂടാതെ എണ്ണ, സ്വേദാദികൾ ഉപയോഗിച്ച് തിരുമ്മുമ്പോൾ ശരീരത്തിന് ഊർജം ലഭിക്കുന്നു. ശരീരത്തിന്റെ ഒരു ഭാഗത്ത് ചൂട് കൊടുക്കുന്നുവെങ്കിൽ ശരീര

ത്തിന്റെ മറുഭാഗത്ത് രക്ത ക്കുഴലുകൾ വികസിക്കുന്നു. ആ ഭാഗത്തേക്ക് കൂടുതൽ രക്തയോട്ടം സംഭവിക്കുന്നു. ശരീരമാലിന്യങ്ങൾ സ്വേദത്തിലൂടെ ബഹിഷ്കരിച്ച് ഇത്തരത്തിൽ രക്തയോട്ടം വർധിപ്പിക്കുമ്പോൾ വ്യക്തിക്ക് സുഖകരമായ 'ലഘുത്വം' അനുഭവപ്പെടുന്നു. സ്വേദഗ്രന്ഥികളുടെ പ്രവർത്തനം ത്വരിതഗതിയാകുമ്പോൾ ഉൾപ്പാദിപ്പിക്കപ്പെടുന്ന ബ്രാഡികിനിൽ (bradykinin) എന്ന വസ്തു കൂടുതലായി രക്തയോട്ടം ഉണ്ടാക്കുന്നു. ഹൈപ്പോതലാമസ് സിമ്പതറ്റിക് നെർവസ് സിസ്റ്റം (Hypothalamus sympathetic nervous system) ഈ സ്വേദപ്രയോഗക്രിയയിൽ ഭാഗമാകുന്നു. ഉപയോഗിക്കുന്ന ദ്രവ്യങ്ങളുടെ solubility - യും അവയുടെ ഗാഢത (concentration) യും തൊലിപ്പുറത്തിലൂടെ ആഗിരണം സംഭവിക്കുമ്പോൾ ബാധിക്കുന്ന ഘടകങ്ങളാണ്.

പഞ്ചകർമ്മങ്ങൾ

ഒരു ദോഷം വർധിച്ച് ഉൽക്കൃഷ്ടമായ അവസ്ഥയിൽ നിൽക്കുകയാണെങ്കിൽ അതിനെ കടയ്ക്കൽ വച്ച് ഛേദിക്കുന്ന കർമങ്ങളാണ് പഞ്ചകർമ്മം. പാഴ്ചെടിയെ നാം വെറുതെ ഒന്നു വെട്ടി നിറുത്തുന്നു എങ്കിൽ, ആ പാഴ്ചെടി വീണ്ടും വീണ്ടും വളരും. എന്നാൽ അതിനെ കടയ്ക്കൽ വച്ച് വേരോടു കൂടി ഉന്മൂലനം ചെയ്താൽ പിന്നെ അത് വളരുന്നില്ല. രോഗങ്ങളും അങ്ങനെ തന്നെ. നാം ശീലിക്കുന്ന ചര്യകൾ, മനസ്സിന്റെ അലട്ടൽ ഇതെല്ലാം രോഗകാരിയായി വളർന്നു വരുമ്പോൾ അവയെ വർഷത്തിൽ ഒരു തവണ ഉന്മൂലനം ചെയ്യാൻ അല്ലെങ്കിൽ രോഗങ്ങളെ കടയ്ക്കൽ വച്ച് വെട്ടി മാറ്റാൻ ഈ പഞ്ചകർമ്മങ്ങൾ സഹായിക്കുന്നു.

വമനം

ശോധന ചികിത്സയ്ക്ക് പ്രാമുഖ്യം നൽകിയിരിക്കുന്ന കർക്കടക ചികിത്സയിൽ കഫദോഷ ശോധനത്തിനായി വമനമാണ് വിധിച്ചിട്ടുള്ളത്. കഴിക്കുന്ന ഭക്ഷണം ആമാശയത്തിലെത്തി പചനം സംഭവിച്ച് പോഷകാംശങ്ങൾ ആഗിരണം ചെയ്യപ്പെടേണ്ടതാണ്. എന്നാൽ ഈ ഭാഗങ്ങളിൽ നിരന്തരമായ രോഗഹേതുക്കളോടുള്ള സാമീപ്യം നിമിത്തം വിഷസമാനമായ Toxins അടിഞ്ഞു കൂടുന്നു. അങ്ങനെ വരുമ്പോൾ പചനകർമ്മങ്ങൾക്കാകെപ്പാടെ സ്തംഭനം സംഭവിക്കും. അങ്ങനെ അടിഞ്ഞ് കൂടുന്ന മാലിന്യാംശങ്ങളെ ഛർദ്ദിപ്പിച്ചു കളയുന്ന രീതിയാണ് വമനം.

വമനം ചെയ്യേണ്ടവർ

നവജ്വരം, അതിസാരം, അധോഭാഗങ്ങളിൽ കൂടിയുള്ള രക്തംപോക്ക്, രാജയക്ഷ്മാവ്, പ്രമേഹം, തൊലിപ്പുറത്തെ അസുഖങ്ങൾ, പലതരം മുഴകൾ, ഭ്രാന്ത്, ശ്വാസം, കാസം, ഊർധ്വ വ്യാധിയുള്ളവർ തുടങ്ങിയവർ ഛർദ്ദിപ്പിക്കാൻ യോഗ്യരാണ്.

വമനം ചെയ്തുകൂടാത്തവർ

ഗർഭിണികൾ, വിശന്നിരിക്കുവർ, ബാലർ, വൃദ്ധർ, കൃശർ, സ്ഥൂലർ, ഹൃദ്രോഗികൾ, ഉരസ്സിൽ ക്ഷതമുള്ളവർ, ബലംകുറഞ്ഞവർ, എപ്പോഴും ഛർദ്ദിച്ചുകൊണ്ടിരിക്കുന്നവർ, മൂത്രാഘാതം ഉള്ളവർ, ഉദരരോഗമുള്ളവർ, പ്ലീഹാരോഗികൾ, തിമിരം ബാധിച്ചവർ, കൃമി ബാധിച്ചവർ, ഒച്ചയടച്ചിരിക്കുന്നവർ, ഛർദ്ദിപ്പിച്ചാലും ഛർദ്ദി ഉണ്ടാകാത്തവർ, പക്വാശയരോഗമുള്ളവർ, വിഷം തീണ്ടിയവർ, അജീർണികൾ ഇവരെ വമിപ്പിക്കരുത്. ഹൈപ്പർ ടെൻഷനുള്ളവരേയും വമനം ചെയ്യുമ്പോൾ ശ്രദ്ധിക്കണം.

ചെയ്യേണ്ടവിധം

തുലാം, കുംഭം, കർക്കടകം ഈ കാലങ്ങളിൽ ഛർദിപ്പിക്കാം. വമനം ചെയ്യും മുൻപ് നെയ്യ് കഴിപ്പിച്ച് യുക്തമായ രീതിയിൽ വിയർപ്പിച്ച് ഇരുത്തണം. ആദ്യം നെയ്യ് 7 ദിവസം കഴിപ്പിച്ച് യുക്തമായ സ്വേദം തിരഞ്ഞെടുത്ത് 3 – 5 – 7 ദിവസം ചെയ്യാം. അതായത് മുൻപേ നിഷ്കർഷിച്ച പൂർവ്വകർമ്മങ്ങൾ ചെയ്തിരിക്കണം. പിന്നെ വിശ്രമിച്ച്, മത്സ്യം മറ്റും കഴിക്കുന്നവരെങ്കിൽ മത്സ്യം എരിവും മറ്റും അധികമാകാതെ പാകം ചെയ്ത് ഭക്ഷണം കഴിക്കാം. മത്സ്യം കഴിക്കാത്തവർ, ചോറു കഴിക്കാതെ ഉഴുന്ന് വേവിച്ച് കഴിക്കുകയോ മധുരം ചേർക്കാതെ എള്ള് കഴിക്കുകയോ വേണം. അത്താഴം നേരത്തെ കഴിപ്പിച്ച് പാൽ പഞ്ചസാര ചേർത്ത് കൊടുത്ത് സുഖമായി ഉറങ്ങാൻ അനുവദിക്കണം. ഇത് ചെയ്യുമ്പോൾ ഉള്ളിലുള്ള കഫം നന്നായി വർദ്ധിക്കുന്നു. പിറ്റേ ദിവസം രാവിലെ മലമൂത്ര വിസർജനം ചെയ്തിട്ട്, എണ്ണയും കുഴമ്പും പുരട്ടി കുളിച്ച് പ്രസാദമനസ്സോടെ കസേരയിലോ സ്റ്റൂളിലോ ഇരിക്കണം. ശേഷം വെള്ളം ചേർത്ത് തിളപ്പിച്ച പാലിൽ ഇന്തുപ്പോ പഞ്ചസാരയോ ചേർത്തോ അല്ലെങ്കിൽ പൊടിയരി കഞ്ഞിയിൽ ഇന്തുപ്പ് ചേർത്തോ വയറ് നിറയെ കുടിപ്പിക്കണം.

ആരോഗ്യമുള്ള രോഗിക്ക് മലങ്കാരയ്ക്ക് അരി, വയമ്പ് പൊടിച്ചത്, ഇന്തുപ്പ് ഇവ തേനിൽ ചേർത്ത് കൊടുക്കണം. ഔഷധം നൽകിയതിനെ തുടർന്ന് ½, ¾ മണിക്കൂർ കാത്തിരിക്കാം. ഛർദിക്കുന്നതിന് മുൻപ് അധികമായ തുപ്പൽ വരുമ്പോൾ ആ തോന്നലിന് ആക്കം കൂട്ടാൻ മൃദുവായ നാളി ഉപയോഗിച്ച് തൊണ്ടയ്ക്ക് (അംഗുലാക്കിലും) ഉത്തേജനം ചെയ്താൽ ഛർദിക്കാൻ തുടങ്ങും. ഒരിക്കലും വരുന്ന ഛർദിയെ തടയാൻ ശ്രമിക്കരുത്. ഛർദിക്കുന്നതിനിടയ്ക്ക് പാലും വെള്ളവും കൊടുത്തു കൊണ്ടേ ഇരിക്കണം. ഛർദ്ദിക്കുന്നില്ല എന്നു സംശയം തോന്നിയാൽ തിപ്പലി, നെല്ലിക്ക, ചുക്ക്, ഇന്തുപ്പ്, വയമ്പ് ഇവ യുക്തമായ അളവിൽ അരച്ച് ചൂടുവെള്ളത്തിൽ കലക്കി കൊടുക്കുക. അപ്പോൾ രോഗി നന്നായി ഛർദ്ദിക്കും. ഛർദിക്കുന്ന സമയത്ത് ഒരാൾ രോഗിയുടെ പിറകിൽ നിന്നും കൊണ്ട് പാർശ്വഭാഗങ്ങളെയും നെറ്റിയെയും രോഗിയുടെ കക്ഷത്തിൽ കൂടി കൈ കടത്തി താങ്ങിക്കൊള്ളണം. മറ്റൊരു പരിചാരകൻ നാഭി പ്രദേശങ്ങളിലും മുതുകിലും തടവിക്കൊണ്ടിരിക്കണം. ഇങ്ങനെ ഛർദ്ദിച്ച് പിത്തം (മഞ്ഞ നിറത്തിൽ ഛർദ്ദിക്കുക) കാണുമ്പോൾ ഛർദ്ദി നിറുത്തണം. അതിനായി മരുന്ന് വേണ്ട. ശേഷം രോഗിയെ വീശുകയും മുഖത്ത് വെള്ളം കുടഞ്ഞും ആശ്വസിപ്പിക്കുകയും വേണം.

പിന്നെ തൊണ്ടയിലും മറ്റും തടഞ്ഞിരിക്കുന്ന കഫം ശരിയായി തുപ്പി പോകുന്നതിന് പുക വലിപ്പിക്കണം. (ധൂമപാനം എന്നാൽ ബീഡിവലിയോ, സിഗററ്റുവലിയോ അല്ല. ഔഷധചൂർണം തുണിയിൽ തെറുത്ത് നെയ്യിൽ മുക്കി പുകയെടുക്കുന്നതാണ് ധൂമപാനം). ശേഷം ചൂടുവെള്ളം കൊണ്ട് വായ കഴുകി വിശപ്പ് വരുന്നതുവരെ വിശ്രമിക്കണം. വിശക്കുമ്പോൾ കഞ്ഞി കുടിക്കാം. വമനത്തിൽ എന്തെങ്കിലും അഹിതമായ വികാരാദികൾ കണ്ടാൽ ശമിപ്പിക്കാനുള്ള ഔഷധങ്ങൾ ഡോക്ടർ കൈയിൽ കരുതിയിരിക്കണം.

ചേർത്തല ടൗണിൽ നിന്ന് 10 കി.മീ. അകലത്തായി 'തിരുവിഴ' എന്ന ശിവക്ഷേത്രമുണ്ട്. അവിടെ ഛർദിപ്പിക്കൽ എന്ന ചികിത്സാരീതിയുണ്ട്. ഏതെങ്കിലും രോഗബാധയുള്ളവർ അവിടെ തൊഴുത് കഴിഞ്ഞാൽ ശാന്തിക്കാരൻ പച്ചമരുന്നുകൾ പാലിൽ ചേർത്തു കൊടുക്കും. മരുന്നു കഴിച്ച് 1–2 മണിക്കൂർ കഴിഞ്ഞ് രോഗി ഛർദ്ദിക്കാൻ തുടങ്ങും. വയറിളക്കവും സംഭവിക്കും. ഇങ്ങനെ ഛർദ്ദിപ്പിച്ചും വയറിളക്കിയും അസുഖത്തിനു ശാന്തി കിട്ടുന്നതിന്റെ ശാസ്ത്രീയ അടിത്തറ വയറിളക്കുകയും ഛർദിക്കുന്നതിന്റെയും ശോധനത്വം (ശരീരത്തിന്റെ മാലിന്യ ബഹിഷ്കരണം)

കണക്കാക്കിയാണ്. രോഗങ്ങൾക്ക് കാരണമാകുന്ന ശരീരത്തിന്റെ മാലിന്യങ്ങൾ പുറത്തേക്ക് കളയാൻ ഏറ്റവും എളുപ്പമുള്ള വഴികളാണ് ഛർദ്ദിയും വയറിളക്കവും. ഇങ്ങനെ ഛർദ്ദിച്ചും വയറിളകിയും തളർന്നു അവശരായ രോഗിയെ കുളിപ്പിച്ച് അമ്പലത്തിലെ ഉണക്കലരി ചോറ് നൽകുന്നു. ഇവിടെ സാധാരണ ആയുർവേദത്തിൽ നിർദ്ദേശിച്ച സ്നേഹ സ്വേദങ്ങൾ ഒന്നും ചെയ്യുന്നില്ല.

കർക്കടകത്തിൽ അനുഷ്ഠിക്കേണ്ട മറ്റൊരു പഞ്ചകർമ്മം : വിരേചനം

വിരേചനം അല്ലെങ്കിൽ വയറിളക്കം പിത്ത പ്രധാനമായ അവസ്ഥ യിൽ അതിപ്രശസ്തമായ ചികിത്സയാണ്. വമനംപോലെ ഒരു ഡോക്ട റുടെ മേൽനോട്ടത്തിൽ മാത്രമേ ചെയ്യാവൂ എന്നില്ല. ഡോക്ടർമാർ ഒ.പി. ചികിത്സ (OP) ആയി വിരേചനം നിർദ്ദേശിക്കാറുണ്ട്. എന്നാൽ അത്തരം വയറിളക്കൽ പഞ്ചകർമ്മ വിരേചനമായി കണക്കാക്കാൻ പറ്റില്ല. ശരി യായ രീതിയിൽ വിരേചനം ചെയ്യേണ്ടത് സ്നേഹസ്വേദങ്ങൾ ചെയ്തു കഴിഞ്ഞ് തന്നെ വേണം.

വിരേചനം ചെയ്യേണ്ടവർ

അർശസ്, തൊലിപ്പുറത്തെ അസുഖം, മഞ്ഞപ്പിത്തം, തിമിരം, കണ്ണിന്റെ അസുഖങ്ങൾ, പക്വാശയത്തിലെ അസുഖങ്ങൾ, വ്രണം, രക്ത വാതം, മലം തടഞ്ഞിരിക്കുന്ന അവസ്ഥ, ശ്വാസം, കാസം തുടങ്ങിയ രോഗമുള്ളവർ വയറിളക്കണം.

വിരേചനം ചെയ്യരുതാത്തവർ

പനിച്ചിരിക്കുന്നവർ, പചനം ശരിയല്ലാത്തവർ, അതിസാരം ചെയ്തി രിക്കുന്നവർ, ഗുദത്തിൽ മുറിവുള്ളവർ ഇവർക്ക് വയറിളക്കാൻ പാടില്ല.

ചെയ്യേണ്ട രീതി

വയറിളക്കേണ്ട ആളെ നെയ്യ് നൽകി വിയർപ്പിച്ചതിനുശേഷം അതാ യത് മുൻപ് പറഞ്ഞ പൂർവ്വകർമ്മങ്ങൾ ചെയ്ത ശേഷം രാവിലെ വെറും വയറ്റിൽ രോഗിയുടെ അവസ്ഥ കണ്ടറിഞ്ഞ് യുക്തമായ ഔഷധം യുക്ത മായ അളവിലെടുത്ത് നൽകണം. കഴിക്കുന്ന ഔഷധം ദഹിക്കുവാൻ തുടങ്ങുമ്പോൾ വയറിളക്കം നടക്കുന്നു. മരുന്ന് പൊടിരൂപത്തിലോ, കഷാ യരൂപത്തിലോ ലോഹ്യമായിട്ടോ ഉപയോഗിക്കാം. രോഗികളിൽ കൂടു തലും ഉപയോഗിക്കുന്നത് 'അവിപത്തി' എന്ന ചൂർണ ഔഷധമാണ്.

ഇത് ചൂടുവെള്ളത്തിലോ അല്ലെങ്കിൽ പാലിലോ ചേർത്ത് കൊടുക്കാം. നന്നായി വയറിളകുന്നതുവരെ ചൂടുവെള്ളം കുടിച്ച് കൊണ്ടിരിക്കണം. നന്നായി വയറിളകി കഴിഞ്ഞാൽ ഉപ്പിട്ട് കഞ്ഞിവെള്ളം കുടിക്കണം.

വിരേചനം കഴിഞ്ഞാൽ പാലിക്കേണ്ട ആഹാരക്രമം (പേയാദിക്രമം)

എണ്ണ പലഹാരങ്ങൾ, ബേക്കറി സാധനങ്ങൾ, എരിയും പുളിയുമുള്ള ഭക്ഷണം ഇവ ശോധനകർമ്മം കഴിഞ്ഞിരിക്കുന്ന വ്യക്തി ഒരു കാരണവശാലും കഴിക്കരുത്. പകരം അവർ ഒന്നര ദിവസം വറ്റു കുറഞ്ഞ കഞ്ഞി മൂന്ന് നേരം, ചെറുപയറ്, വെള്ളം, മല്ലി ഇവ ചേർത്ത വെന്ത കഞ്ഞി മൂന്ന് നേരം, വെള്ളം മാറ്റിയ ചോറ് മൂന്ന് നേരം, മാംസരസം ചേർത്ത് ചോറ് മൂന്ന് നേരം ഇവ ഉപയോഗിക്കണം. ഇതിനുശേഷം സാധാരണ ആഹാരരീതിയിലേക്ക് വരാം. ഛർദ്ദിപ്പിച്ചും, വയറിളക്കിയതുമായ രോഗികൾക്ക് പചനശക്തി തിരിച്ച് ലഭിക്കാൻ ഇത് കാരണമാകും. ഇനി സമയകുറവ് കൊണ്ട് ശോധനചികിത്സ ചെയ്യാൻ പറ്റാത്തവർ കടുക്ക, നെല്ലിക്ക, താന്നിക്ക (ത്രിഫല പൊടി) 5 ഗ്രാം മുതൽ 10 ഗ്രാം വരെ രാത്രി ഭക്ഷണശേഷം കഴിക്കാവുന്നത്. മൃദുവായി വയറിളക്കത്തെ ഉണ്ടാക്കാൻ ഇത് സഹായിക്കുന്നു.

വസ്തിവിധി

കർക്കടകത്തിൽ വിധിച്ചിട്ടുള്ള പ്രധാനപ്പെട്ട പഞ്ചകർമ്മമാണ് വസ്തി. വസ്തി എന്നാൽ ഗുദഭാഗത്തിലൂടെ മരുന്ന് കയറ്റി ശോധന ചെയ്യുന്ന രീതിയാണ്. എനിമ (enema) എന്നൊരു സാമാന്യരീതിയിൽ പറയാറുണ്ടെങ്കിൽ വളരെ കാഠിന്യവും കഷ്ടതയുമാർന്ന അസുഖ ങ്ങൾക്ക് വസ്തിയിലൂടെ ചികിത്സിച്ച് ഭേദമാക്കാറുള്ളതിനാൽ 'എനിമ' എന്ന പദം ഏറ്റവും സങ്കുചിതമായ ഒരർഥമേ 'വസ്തി' എന്ന വിധിക്ക് കൊടുക്കുന്നുള്ളൂ.

കേവലവാതരോഗങ്ങളിലും വാതപ്രധാനരോഗങ്ങളിലും ഏറ്റവും അഗ്രമായ ശോധനകർമമാണ് വസ്തി. ശരീരാശ്രയങ്ങളായ സകലകർമ്മങ്ങളുടെയും കാരണം വാതദോഷമാണ്. അതിനാൽ വാതത്തെ ശമിപ്പിക്കാൻ എപ്പോഴും ശ്രദ്ധിക്കണം. സുശ്രുതാചാര്യന്റെ അഭിപ്രായത്തിൽ വസ്തി വാതത്തിനും പിത്തത്തിനും കഫത്തിനും രക്തത്തിനും മാത്രമല്ല എല്ലാതരം സങ്കരദോഷവർദ്ധനവിനും ഗുണം ചെയ്യുന്നു എന്ന് രേഖപ്പെടുത്തിയിരിക്കുന്നു.

സ്നേഹവസ്തി, കഷായവസ്തി, ഉത്തരവസ്തി എന്നിങ്ങനെ

വസ്തിയെ മൂന്നായി തരം തിരിച്ചിരിക്കുന്നു. രോഗാനുസാരേണ പാകപ്പെടുത്തിയിട്ടുള്ള കഷായം വസ്തിയിലാക്കി (plastic സഞ്ചി) ഗുദമാർഗത്തിൽ കൂടി ഞെക്കി കടത്തി ചെയ്യുന്ന ക്രിയയ്ക്ക് കഷായവസ്തി എന്നുപറയുന്നു. ഇത് തന്നെ തൈലമാക്കി ചെയ്താൽ അത് തൈലവസ്തി. കഷായമോ തൈലമോ യോനീമാർഗത്തിലൂടെയോ മൂത്രമാർഗത്തിലൂടെയോ ചെയ്താൽ ഉത്തരവസ്തി. സ്നേഹവസ്തിക്ക് 'അനുവാസനം' എന്ന സംജ്ഞ കൂടി നൽകിയിട്ടുണ്ട്. അനു, വാസനം (ഭക്ഷണം) എന്നാൽ ഭക്ഷണത്തിന് ശേഷം നൽകുന്നത് എന്നർഥം. കഷായവസ്തി - ഫലം ഊഹിക്കാൻ കഴിയാത്തത്ര മഹത്തായത് - എന്ന അർത്ഥത്തിൽ 'നിരൂഹം' എന്ന പേരിൽ അറിയപ്പെടുന്നു. വാതത്തിന്റെ അസുഖങ്ങൾ, മലബന്ധം, ആർത്തവം ഉണ്ടാകാതിരിക്കൽ, ഉന്മാദം, രക്തവാതം, ശരീരം മെലിയുന്ന അവസ്ഥ, ശരീരത്തിനുണ്ടാകുന്ന തരിപ്പ് എന്നു തുടങ്ങി അനേകം രോഗങ്ങൾക്ക് കഷായവസ്തി ഫലപ്രദമായി ചെയ്തു വരുന്നു.

വസ്തി ചെയ്യരുതാത്തവർ

ആഹാരം കഴിച്ചവർ, ഛർദിച്ചവർ, വയറിളക്കിയവർ, മൂക്കിൽ മരുന്ന് ഒഴിച്ചവർ, ശ്വാസകാസാദി രോഗമുള്ളവർ, മലദ്വാരത്തിൽ ഏതെങ്കിലും അസുഖമുള്ളവർ ഇവരെയൊന്നും കഷായവസ്തി ചെയ്യാൻ അനുവദിക്കരുത്.

സ്നേഹവസ്തി - ഊണു കഴിക്കാത്തവർ യാതൊരു കാരണവശാലും സ്നേഹവസ്തി ചെയ്തുകൂടാ, കൂടാതെ പാണ്ഡുരോഗി, മഞ്ഞപ്പിത്തമുള്ളവർ, പ്രമേഹി, മൂക്കൊലിപ്പ്, ജലദോഷം, ഇവ ഉള്ളവരും സ്നേഹവസ്തി ചെയ്യാൻ പാടില്ല.

നിപുണരായ ഭിഷഗ്വരന്മാരുടെ മേൽനോട്ടത്തിൽ മാത്രമേ വസ്തി ചെയ്യാവൂ. കഷായം, ഔഷധം കുഴമ്പ് ആക്കിയ കൽക്കം, തൈലം, ഇന്തുപ്പ്, തേൻ ഇവ ചേർത്താണ് വസ്തി ചെയ്യാറ്.

മാത്രാവസ്തി - ചെറിയ മാത്രയിൽ സ്നേഹ സ്വേദാദികൾ ഒന്നും ശീലിക്കാതെ തൈലം കൊണ്ടു ചെയ്യുന്ന വസ്തിയാണ് മാത്രാവസ്തി. വലിയ പഥ്യം ഇതിന് ആവശ്യമില്ല.

നസ്യവിധി : നാസ'ഹി ശിരസാ ദ്വാരം

മൂക്കിൽ മരുന്നൊഴിക്കുക എന്നതാണ് നസ്യം എന്നതുകൊണ്ട് ഉദ്ദേശിച്ചിരിക്കുന്നത്. ശിരസ്സിന്റെ ദ്വാരമാണ് മൂക്ക് എന്നുള്ളതുകൊണ്ട് ശിര

സ്സിന്റെ ബാധിക്കുന്ന അസുഖമുള്ളവർ കർക്കടക കാലത്ത് വമന വിരേചനം കഴിഞ്ഞ് മൂക്കിൽ മരുന്നൊഴിക്കേണ്ടതാണ്. തലകറക്കം, സന്നി, പക്ഷാഘാതം, തലവേദന എന്നീ അസുഖം സ്ഥിരം വരുന്നവർ ഡോക്ടറുടെ നിർദ്ദേശപ്രകാരം കർക്കടകകാലത്ത് നസ്യം ചെയ്യണം. വർഷഋതുവിൽ നസ്യം ചെയ്യാം. എങ്കിലും വർഷ ഋതുവിൽ അതിയായി മൂടി നിൽക്കുന്ന കാലാവസ്ഥയിൽ നസ്യം അരുത്. കൂടാതെ മഴയും കാറും കോളും നിൽക്കുന്ന കനത്ത മഴയുള്ള സമയത്തും നസ്യം ചെയ്യരുത്.

മൂക്കിൽ മരുന്ന് ഒഴിക്കാൻ അർഹരായവർ

തല, കഴുത്ത് ഈ ഭാഗത്ത് അസുഖം ബാധിച്ച് വരുന്നവർക്ക് നസ്യം ഹിതമാണ്.

മൂക്കിൽ മരുന്ന് ഒഴിച്ചു കൂടാത്തവർ

ഭക്ഷണം കഴിച്ചവർ, ഏഴ് വയസ്സിൽ കുറവുള്ളവർ, 80 വയസ്സിന് കൂടിയവർ, മദ്യം, നെയ്യ് ഇവ സേവിച്ചവർ, മൂക്കൊലിപ്പുള്ളവർ, പ്രസവിച്ചവർ, ശ്വാസകാസമുള്ളവർ, വമനം, വിരേചനം, വസ്തി ഇവ ചെയ്തുകൊണ്ടിരിക്കുന്നവർ എന്നിവർ നസ്യം ചെയ്യാൻ പാടില്ലാത്തവരാണ്. മൂക്കിലൊഴിക്കേണ്ട മരുന്ന്, തൈലമോ നെയ്യോ, കഷായമോ, ഇലകൾ ഇടിച്ച് പിഴിഞ്ഞ നീരോ മുലപ്പാലോ എന്തുമാകാം. അസുഖത്തിന് ഉതകുന്ന രീതിയിൽ അത് ഡോക്ടർ തെരഞ്ഞെടുക്കും.

നസ്യത്തിനുള്ള ഔഷധത്തിന്റെ മാത്ര അനുസരിച്ച് നസ്യം, മർശം, പ്രതിമർശം എന്ന് രണ്ട് വിധത്തിലുണ്ട്. സ്നേഹസ്വേദങ്ങൾ ചെയ്ത ശേഷം കൂടി അളവിൽ (8 തുള്ളി വരെ) മൂക്കിൽ മരുന്നൊഴിക്കുന്നത് മർശ നസ്യം. ഏഴ് ദിവസം തുടർച്ചയായി ചെയ്യുന്ന രീതിയാണിത്. എന്നാൽ ചെറുതായി തോർത്ത് മുക്കി പിഴിഞ്ഞ് ആവിയെടുത്ത് ചെറിയ മാത്രയിൽ രണ്ട് തുള്ളി വീതം ഓരോ നാസാദ്വാരത്തിലും ഒഴിക്കുന്ന പ്രതിമർശനസ്യം, നിരന്തരം ചെയ്യാവുന്നതാണ്. ബോധം കെട്ട് അവസ്ഥയിൽ പൊടി മൂക്കിൽ ഊതി കയറ്റുന്നതിനെ ധ്മാന നസ്യം എന്നു പറയുന്നു.

ചെയ്യേണ്ട സമയം - കർക്കടകത്തിൽ മഴ തെല്ല് മാറി നിൽക്കുമ്പോൾ നസ്യം ചെയ്യാം.

നസ്യം ചെയ്യേണ്ട വിധം

നസ്യം ചെയ്യേണ്ട ആളെ തലയിലും മുഖത്തും ചുമലിലും തൈലം

പുരട്ടി ചൂടുവെള്ളത്തിൽ പിഴിഞ്ഞ തുണി കൊണ്ട് നന്നായി വിയർപ്പിക്കുന്നു. മല - മൂത്രശങ്കയില്ലാതെ, കാറ്റില്ലാത്ത മുറിയിൽ കിടന്നു വേണം നസ്യം ചെയ്യാൻ. നസ്യത്തിനൊഴിക്കുന്ന മരുന്ന് എണ്ണയാണെങ്കിൽ അത് ചൂടാക്കണം. രോഗി മലർന്ന് കൈകാൽ നീട്ടി കിടക്കണം. തലഭാഗം കുറച്ച് താഴാൻ കഴുത്തിൽ തലയിണ വയ്ക്കണം. അതായത്, ഒഴിക്കുന്ന ആളിന് നാസാദ്വാരങ്ങൾ കാണത്തക്കവണ്ണം തല അൽപ്പം നിവർത്തിവയ്ക്കണം. ചൂടാക്കിയ ഔഷധം ഗോകർണത്തിലൂടെ നാസാദ്വാരത്തിലൊഴിക്കണം. ആ സമയം മറ്റേ നാസാദ്വാരം അടച്ച് പിടിക്കണം. ഒഴിച്ച ഉടൻ രോഗി കുറേശ്ശെ മരുന്ന് സ്വയം വലിച്ച് കയറ്റണം. ഉടനെ തന്നെ ഉള്ളം കാൽ, ഉള്ളം കൈ, ചുമൽ, ചെവി എന്നിവിടങ്ങളിൽ തടവി കൊടുക്കണം. ചെറിയ രീതിയിൽ ആവശ്യമെന്ന് തോന്നുന്ന പക്ഷം പ്ലാവിലയോ മറ്റോ ചൂടാക്കി തടവുന്നതും നല്ലതാണ്. കഫം വായിലേക്കിറങ്ങി വരുമ്പോൾ തല ചരിച്ച് കാർക്കിച്ച് തുപ്പണം. കുറച്ച് കഴിഞ്ഞ് വിശ്രമിച്ച ശേഷം ചെറുചൂടുള്ള വെള്ളം കൊണ്ട് മുഖവും വായും കഴുകണം. നേരത്തെ നിഷ്കർഷിച്ച ധൂമപാനം ചെയ്യാവുന്നതാണ്.

ക്ഷീരബലാതൈലം, കാർപ്പാസാസ്ഥ്യാദി, മഹാരാജപ്രസാരിണീ തൈലം എന്നിവ കൊണ്ടുള്ള നസ്യം വളരെ പ്രയോജനകരമാണ്. തോൾവേദന, തോളെല്ല് കഴപ്പ് എന്നിവ സ്ഥിരമായി കാണുന്നവർ കർക്കടകത്തിൽ നസ്യം ചെയ്യുന്നത് നന്നാവും. ചെന്നിക്കുത്ത്, മൈഗ്രെയ്ൻ തുടങ്ങിയ അവസ്ഥകളിൽ കൈയ്യോന്നി നീര് (eclipta albia), ആട്ടിൻപാൽ എന്നിവ സമം എടുത്ത് ചെറിയ ചൂടിൽ നസ്യം ചെയ്യണം. വളരെ ആശ്വാസം കിട്ടും. ഇതും കർക്കടകത്തിൽ ചെയ്യാവുന്നതാണ്.

വമനം, വസ്തി, നസ്യം എന്നിവ ചെയ്യുന്നതിന്റെ യുക്തി

വമനം ചെയ്യിക്കുന്നതിന്റെ യുക്തി

ശരീര ശാസ്ത്രത്തിൽ ഛർദ്ദിക്കുക എന്നത് ശരീരത്തെ സംരക്ഷിക്കാൻ ഉദ്ദേശിച്ചിട്ടുള്ള protective reflex ആണ്. തലച്ചോറിൽ ഒരു ഛർദ്ദി കേന്ദ്രം അഥവാ vomiting center ഉണ്ട്. ശരീരത്തിന് ഹാനിയായി തോന്നുന്നത് വായിലൂടെ ഉള്ളിൽ ചെന്നാൽ കോഷ്ഠത്തിന്റെ സ്വന്തം തലച്ചോറായ എന്ററിക് നെർവസ് സിസ്റ്റം (enteric nervous system) അത് തിരിച്ചറിഞ്ഞ്, തലച്ചോറിനെ അറിയിച്ച് ഈ വസ്തുവിനെ റിവേഴ്സ് പെരിസ്റ്റാൽസിസ് (reverse peristalsis) വഴി പുറത്തേക്ക് ബഹിഷ്കരിക്കാൻ ശ്രമിക്കും. ഇവിടെ ഔഷധം നൽകി ഛർദ്ദിപ്പിക്കുന്ന രീതിയാണ് വമനം. വമനത്തിന് ഉപയോഗിക്കുന്ന ഔഷധങ്ങളെല്ലാം ഛർദിൽ ഉണ്ടാ

ക്കുന്നവയാണ്. ശരീരത്തിലെ ദോഷാംശങ്ങളെ ഛർദ്ദിൽ ഉണ്ടാക്കി പുറത്തേക്ക് കളയുകയാണ് ഈ കർമം കൊണ്ട് ഉദ്ദേശിക്കുന്നത്. ഛർദി കേന്ദ്രം, ന്യൂറോ ട്രാൻസ്മിറ്ററുകൾ, സെറിബ്രൽ കോർട്ടക്സ് (vomiting center, neurotransmittors, Cerebral cortex) ഇവയെല്ലാം ഈ ചികിത്സയുടെ ഭാഗമാണ്. ഔഷധം ആഗിരണം ചെയ്യും മുൻപേ തന്നെ ഛർദ്ദിച്ചുപോകേണ്ടതാണ്. ശരീരത്തിന്റെ ഒരു പ്രൊട്ടക്റ്റീവ് റിഫ്ളക്സ് (Protective reflex) ഉപയോഗിച്ച് രൂപപ്പെടുത്തിയ ചികിത്സാരീതിയാണ് വമനം.

വസ്തി ചെയ്യുന്നതിന്റെ യുക്തി

ഗുദമാർഗത്തിലൂടെ ഔഷധപ്രയോഗം കടത്തി ചികിത്സിക്കുന്ന ഈ രീതിയെ ബാധിക്കുന്ന ഘടകങ്ങൾ.

* ഔഷധ നിർമാണപ്രക്രിയ
* ഔഷധത്തിന്റെ അളവ്
* ഔഷധത്തിന്റെ സാന്ദ്രത
* ഔഷധത്തിന്റെ P.H.
* രോഗിയുടെ പ്രായം
* ഔഷധം കടത്തുന്ന സമയം, കാലം
* വസ്തിദ്രവ്യത്തിന്റെ താപനില

ആധുനിക ശാസ്ത്രപ്രകാരം കോഷ്ഠത്തിന് അതിന്റേതു മാത്രമായുള്ള ഒരു തലച്ചോറ് അഥവാ എന്ററിക് നെർവസ് സിസ്റ്റം (Enteric Nervous System) ഉണ്ട്. അതായത് വായ മുതൽ ഗുദം വരെ ഉള്ള കുഴലിൽ അല്ലെങ്കിൽ നാളിയിൽ സ്വന്തമായി ഒരു തലച്ചോറ്. നമ്മുടെ ശിരസ്സിലുള്ള തലച്ചോറ് പോലെ ഈ കോഷ്ഠസ്ഥിതമായ തലച്ചോറിന് നാഡികളിൽ കൂടി സംവേദനം ലഭിക്കാനും തിരിച്ച് സംവേദനം അയയ്ക്കാനും ഒപ്പം ശിരസ്ഥിതമായ തലച്ചോറുമായി കൂടി ചേർന്നു പ്രവർത്തിക്കാനും കഴിയും. ഇതിൽ 100 കോടി ന്യൂറോണുകൾ ഉണ്ട്. കോഷ്ഠസ്ഥിതമായ ഈ നാഡീവ്യൂഹം ധാരാളം ന്യൂറോട്രാൻസ്മീറ്റേഴ്സിനെ ഉൾപ്പാദിപ്പിക്കുകയും ചെയ്യും. ഇത് പരിണാമത്തിൽ പിന്നീട് ഉണ്ടായതായി കരുതപ്പെടുന്നു. ഭയപ്പെടുന്ന വ്യക്തിയിൽ ഈ എന്ററിക് നെർവസ് സിസ്റ്റത്തി (ENS) ന്റെ പ്രവർത്തി ഫലമായി കോഷ്ഠത്തിന്റെ ചലനം കൂടുന്നു. കോഷ്ഠത്തിന് ചലനം ആവശ്യമാണ്. എന്തെന്നാൽ ശരിയായ

ആഹാരപചനത്തിന് ആവശ്യമായ തോതിൽ ചലനം സംഭവിക്കണം. എന്നാൽ ഏതെങ്കിലും കാരണവശാൽ ചലനം ആവശ്യത്തിൽ അധികമായാൽ ആഹാരം ദഹിക്കും മുൻപേ അത് പുറന്തള്ളപ്പെടുന്നു. ഭയന്നിരിക്കുന്നവർ അതിസാരവും മറ്റും ഉണ്ടാവുന്നതുമായി കാണാറുള്ളതാണല്ലോ. ശരീരത്തിന് ഹാനികരമായ എന്തെങ്കിലും നാം ഭക്ഷിച്ചാൽ അത് ആഗിരണം ചെയ്തു കുഴപ്പമുണ്ടാക്കും മുൻപ് തന്നെ ഈ ENS പ്രവർത്തിച്ച് ആ ഭക്ഷ്യവസ്തുവിനെ ബഹിഷ്കരിക്കാൻ ശ്രമിക്കും. വസ്തിയിലൂടെ ഗുദത്തിലൂടെ നൽകുന്ന ഔഷധങ്ങൾ ഗുദത്തിന് ഉപരി ഭാഗത്താണെങ്കിൽ സുപ്പീരിയർ റെക്റ്റൽ വെയ്ൻസ് വഴി (Superiour rectal veins) ആഗിരണം നടക്കുമെന്നും rectum-ത്തിൽ താഴെയാണെങ്കിൽ ഇൻഫീരിയർ ആന്റ് മിഡിൽ റെക്റ്റൽ വെയ്ൻസ് വഴി (inferior and middle rectal veins) ആഗിരണം നടക്കുമെന്നു കരുതപ്പെടുന്നു. റെക്റ്റൽ വീനസ് ഡ്രെയിനേജിനെ (Rectal venous drainage) കുറിച്ച് ആധുനിക ഗ്രന്ഥത്തിൽപ്പോലും അറിവ് അപര്യാപ്തമാണ്. ആഗിരണം നടത്തപ്പെട്ട വസ്തുവിന്റെ പരമാണുക്കളുള്ള രക്തത്തിലെ അളവ് വ്യക്തിക്കനുസരിച്ചു മാറുകയും ചെയ്യും. പ്രയോഗിക്കുന്ന വസ്തി ഔഷധങ്ങളുടെ ആഗിരണത്തിനനുസരിച്ച് ഫലത്തെ നൽകുന്നു. അങ്ങനെ ചുരുക്കി പറഞ്ഞാൽ രക്തക്കുഴലുകൾ വഴിയും നാഡികൾ മുഖേനയും, ഹോർമോണുകൾ മുഖേനയും രോഗശാന്തി ഉണ്ടാക്കാൻ വസ്തി സഹായിക്കുന്നുവെന്ന് കരുതാം.

നസ്യം ചെയ്യുന്നതിന്റെ യുക്തി

ശരീരത്തിന്റെ ചലനശേഷിയും ചിന്തയും മറ്റും നിയന്ത്രിക്കുന്ന മസ്തിഷ്കം, ജ്ഞാനേന്ദ്രിയങ്ങൾ ഇവയെല്ലാം ശിരസ്സിലാണ് സ്ഥിതി ചെയ്യുന്നത്. ആ ശിരസ്സിന്റെ പ്രധാന ദ്വാരം നാസാരന്ധ്രമാകുന്നു. അതിലൂടെ പ്രയോഗിക്കുന്ന ഔഷധത്തിന്റെ വീര്യം ശിരസ്സിൽ വ്യാപിച്ച് രോഗശമനം കൈവരുത്തുന്നു.

കർക്കടക ചികിത്സ ചെയ്യുമ്പോൾ ഇന്ന് പഞ്ചകർമ്മങ്ങളിൽ പലപ്പോഴും സ്നേഹസ്വേദങ്ങൾ മാത്രം ചെയ്തു നിർത്തുന്നു. എന്നാൽ ശോധന ചികിത്സയുടെ പ്രാമുഖ്യം പ്രത്യേകം മനസ്സിലാക്കേണ്ടതാണ്. ഇവിടെ വമനവും വിരേചനവും കഷായവസ്തിയും ശീലിക്കേണ്ടതു തന്നെയാണ്. ദ്രവസ്വേദങ്ങൾ ഒരു ഡോക്ടറുടെ നിർദ്ദേശപ്രകാരം ചെയ്യാം. മറ്റ് ശോധന ചെയ്യാൻ കഴിഞ്ഞില്ലെങ്കിൽ വയറിളക്കൽ ആകാം. കർക്കിടക ചികിത്സയുടെ പൂർണ്ണത ശോധന ചികിത്സയിലൂടെ

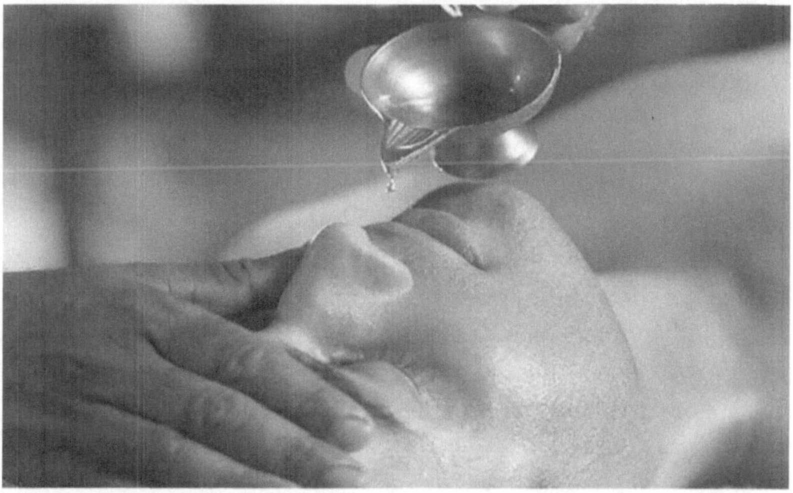

മാത്രമേ ലഭിക്കുന്നുള്ളൂ. ശിരസ്സ്, തോൾ എന്നീ ഭാഗങ്ങളിൽ സ്ഥിരമായി അസ്വസ്ഥത അനുഭവപ്പെടുന്നവരാണെങ്കിൽ നസ്യം ചെയ്യാൻ ശ്രമിക്കണം. ശിരശോധനമായ ഈ പഞ്ചകർമ്മത്തിന്റെ മഹത്വം ലഘൂകരിച്ച് കാണാനാകില്ല.

◆

കർക്കടക കഞ്ഞികൾ

ആയുർവേദ ശാസ്ത്രം 'Prevention is better than cure' എന്ന തത്വത്തിനു ഊന്നൽ നൽകുന്ന ശാസ്ത്രരീതിയാണ്. അതിനാൽ അസുഖം വരാതിരിക്കാനും വന്നാൽ കൂടുതൽ മോശമായ അവസ്ഥയിലേക്ക് കടക്കാതിരിക്കാനും പഥ്യമായ ആഹാരങ്ങൾ ശീലിക്കേണ്ടത് ആവശ്യമാണ്. മരുന്നുപയോഗത്തിൽ ഏറ്റവും പ്രധാനപ്പെട്ടതാണ് അവ പഥ്യമായി ശീലിക്കുക എന്നത്.

നമ്മുടെ ശരീരത്തിൽ സൂക്ഷ്മമായ അനേകം വഴികൾ (Channels) ഉണ്ട്. ഈ വഴികളാണ് ധാതുക്കൾ, ദോഷങ്ങൾ എന്നിവയെ വഹിക്കുന്നത്. ഈ വഴികൾക്ക്, പാതകൾ എന്ന അർത്ഥത്തിൽ 'പഥം' എന്നുപറയുന്നു. ഈ പഥത്തിന് അനുയോജ്യമായത് ശീലിക്കുക എന്നതിന് പഥ്യം എന്നുംപറയുന്നു. ആരോഗ്യത്തെ നിലനിർത്തി, അസുഖത്തെ ശമിപ്പിക്കുന്ന ആഹാരമായാലും വിഹാരമായാലും അവയെ പഥ്യമെന്ന് പറയപ്പെടുന്നു.

നാം ആഹാരം കഴിക്കുമ്പോൾ ചില രസപ്രധാനമായവ ചില ദോഷങ്ങളെ വർധിപ്പിക്കുമെന്നും ചില രസങ്ങൾ മറ്റ് ചില ദോഷങ്ങളെ ശമിപ്പിക്കുന്നുവെന്നും പറഞ്ഞല്ലോ. അതിനാൽ നാം കഴിക്കുന്ന ആഹാരത്തിൽ സമീകൃതമായി ഈ ആറ് രസങ്ങളും ഉണ്ടാകണം. ഈ ആറ് രസങ്ങളും ഉള്ള ആഹാരം ശീലിച്ചാലുള്ള ഗുണങ്ങൾ - സംതൃപ്തി, പോഷണം, ബുദ്ധിശക്തി, ധൈര്യം, ബലം, ആകർഷകമായ ശബ്ദം, രോഗപ്രതിരോധം, ജീവസംരക്ഷണം, പ്രഭ എന്നിവയാണ്.

മനസ്സിനും ശരീരത്തിനും ഉണർവ് നൽകാൻ ആഹാരത്തിന് സാധിക്കും. ഈ ആറ് രസങ്ങളെയും ഉൾക്കൊള്ളിച്ചുകൊണ്ടുള്ള പോഷകാഹാരം ആണ് നാം കഴിക്കുന്നുവെങ്കിൽ മേൽപ്പറഞ്ഞ ഗുണം ഉണ്ടാകുന്നു. എന്നാൽ എല്ലാ ആഹാരങ്ങളും എപ്പോഴും കഴിക്കാവുന്നതല്ല. അത് നാം ഋതുക്കൾക്കനുസരിച്ച് മാറ്റേണ്ടതാണ്.

പഞ്ചകർമ്മങ്ങളിലും കർക്കടകത്തിലും കഞ്ഞിയുടെ പ്രാധാന്യം

പഞ്ചകർമത്തിൽ പ്രധാനപ്പെട്ട വമനവും വിരേചനം (ഛർദിപ്പിക്കൽ, വയറിളക്കൽ) കഴിഞ്ഞാൽ നമ്മുടെ ദഹനത്തിന് സഹായിക്കുന്ന അഗ്നി താഴ്ന്ന് താഴ്ന്ന് വരും (തിരി കെടുന്നതിന് സമാനമായ അവസ്ഥ). സാധാരണ അഗ്നി താഴ്ന്ന് കെടാറാകുമ്പോൾ ഒരു വലിയ കഷ്ണം വിറക് നാം ഇട്ടു കൊടുത്താൽ തീനാളമായി നിൽക്കുന്ന അഗ്നി തീർച്ചയായും കെടും. എന്നാൽ കുറച്ച് ഉണങ്ങിയ പുല്ല് ഇട്ട് കൊടുക്കുന്നുവെന്ന് കരുതുക. അഗ്നി തനിയെ ബലപ്പെട്ട് വരും. അതേപോലെ ഛർദ്ദിപ്പിക്കുക, വയറിളക്കുക തുടങ്ങിയ പഞ്ചകർമ്മം കഴിഞ്ഞ് നാം ചോറ്, ഇറച്ചി തുടങ്ങി ദഹിക്കാൻ പ്രയാസമേറിയ ഭക്ഷണം കഴിച്ചാൽ ശരീരത്തിന്റെ അഗ്നി കെടും.

നേരത്തെ സൂചിപ്പിച്ചത് പോലെ കർക്കടകത്തിൽ പചനശക്തി മന്ദീഭവിച്ചിരിക്കും. ആ അഗ്നിയെ ദീപിപ്പിക്കുന്ന ഔഷധങ്ങളിട്ട് തയ്യാറാക്കിയ കഞ്ഞി മന്ദിച്ചു കിടക്കുന്ന പചനശക്തിയെ പതുക്കെ ഉദ്ദീപിപ്പിക്കാൻ സഹായിക്കുന്നു. കർക്കടകത്തിൽ (ശോധന വരുത്തി) ദേഹശുദ്ധി വരുത്താൻ പഞ്ചകർമങ്ങൾ ശീലിക്കുന്നവർ ഇത് പ്രത്യേകം ശ്രദ്ധിക്കേണ്ടതാണ്. എന്തെന്നാൽ 'അഗ്നി' കെട്ടാൽ ആൾക്ക് നാശം സംഭവിക്കുന്ന

തിനു തുല്യമാകും. പഞ്ചകർമ്മ ചികിത്സയ്ക്ക് വിധേയരായാലും ഇല്ലെങ്കിലും ഔഷധങ്ങൾ ഇട്ട് തയ്യാറാക്കിയ കഞ്ഞി സ്വസ്ഥമായ ഒരു അവസ്ഥയെ ശരീരത്തിൽ ഉണ്ടാക്കും. കേരളത്തിന്റെ ഭൂപ്രദേശത്തിനും കാലാവസ്ഥയും ഏറ്റവും അനുയോജ്യവും ദഹിക്കാൻ എളുപ്പമുള്ളതായ ഈ ഔഷധകഞ്ഞി ഒരു ചര്യയായി അനുഷ്ഠിച്ചാൽ അത് ഗുണം മാത്രമേ ഉണ്ടാക്കൂ എന്ന് നിസ്സംശയം പറയാവുന്നതാണ്. രാത്രി നെയ്ചോറും, ബിരിയാണിയും, ഐസ്ക്രീമും കഴിച്ച് കിടന്ന് ശരിയായി ദഹിക്കാതെ രാവിലെ എഴുന്നേൽക്കുമ്പോൾ അനുഭവപ്പെടുന്ന വയറ് വീർപ്പ്, മലം പോകാൻ ബുദ്ധിമുട്ട്, ഗ്യാസ് എന്നിങ്ങനെ രോഗികൾ സ്ഥിരമായി പറയുന്ന ആവലാതിക്ക് കഷായങ്ങൾക്കും അരിഷ്ടങ്ങൾക്കും പുറമേ ഡോക്ടർമാർ നിർദ്ദേശിക്കുന്ന പഥ്യമാണ് അത്താഴത്തിന് കഞ്ഞി എന്ന ആഹാരം. രാവിലെ ഉണരുമ്പോൾ രാത്രി അത്താഴത്തിന് കഞ്ഞി കഴിച്ച് കിടക്കുന്ന ആൾക്ക് ഒരു ലഘുത്വം അനുഭവപ്പെടുന്നതായി കാണാം. അവയവങ്ങൾക്ക് ഉണ്ടാകുന്ന ഈ ലഘുത്വം യഥാർത്ഥത്തിൽ നമ്മുടെ കർമരംഗങ്ങളിലെ കർമസാമർത്ഥ്യത്തെ പ്രശോഭിപ്പിക്കും.

നന്നായി പചിപ്പിക്കപ്പെട്ട ആഹാരം, സ്ഥൂല രീതിയിൽ ശരീരത്തെ ആണ് പോഷിപ്പിക്കുന്നുവെങ്കിൽ സൂക്ഷ്മരൂപത്തിൽ മനസ്സിനെ പോഷിപ്പിക്കുന്നു.

ഭഗവദ്ഗീതയിൽ ആഹാര സ്വഭാവത്തെ സത്വം, രജസ്സ്, തമസ്സ് എന്നീ മൂന്ന് രീതികളിൽ തിരിച്ചിട്ടുണ്ട്. പുതിയതായി അപ്പപ്പോൾ ഉണ്ടാക്കി എരിവും പുളിയും കുറഞ്ഞ ഭക്ഷണം സാത്വികമാണ്. ധാരാളം മസാല, എരിവ്, പുളി ഇവ അടങ്ങിയത്, രജോഗുണപ്രധാനവും തലേന്നത്തെ പുളിച്ച ആഹാരം, സസ്യേതര ഭക്ഷണം ഇവ തമോഗുണ പ്രധാനവുമാണ്. ഏതു ഭക്ഷണം നാം ശീലിക്കുന്നുവോ ആ രീതിയാലാണ് നമ്മുടെ മനസ്സും ശരീരവും പോഷിപ്പിക്കപ്പെടുക.

കർക്കടകത്തിലെ പഞ്ചകർമ്മചികിത്സ ശരീരത്തിന്റെ മാലിന്യങ്ങളെ പുറത്ത് കളഞ്ഞ് ബുദ്ധിക്ക് പ്രസാദഭാവവും മനസ്സിന് സന്തോഷവും നൽകുന്നു. അതിന്റെ കൂടെ ശീലിക്കുന്ന ഈ ആഹാര ശൈലി മനോഗുണങ്ങൾക്ക് ഊർജം നൽകി മനസ്സിനെയും ബുദ്ധിയെയും സജ്ജമാക്കി പ്രകൃത്യാബലം കൊടുക്കുന്നു. ചുരുക്കത്തിൽ കർക്കടകത്തിൽ ശീലിക്കുന്ന കഞ്ഞി മനസ്സിനെയും ശരീരത്തേയും ബുദ്ധിയേയും കണക്കാക്കി ചര്യയിൽ ഉൾക്കൊള്ളിച്ചതാണ്.

കർക്കടക കഞ്ഞികൾ തയ്യാറാക്കുന്നതിന് പ്രത്യേക ക്രമമൊന്നും

ഇല്ല. കേരളത്തിൽ തന്നെ പല സ്ഥലങ്ങളിൽ കഞ്ഞി വിവിധ രീതിയിലാണ് തയ്യാർ ചെയ്യുന്നത്.

സുശ്രുതാചാര്യൻ സാധാരണ നാം ഭക്ഷിക്കുന്ന അരി കൊണ്ടുള്ള ഭക്ഷണത്തിൽ നാല് വ്യത്യസ്ത പാകങ്ങളെക്കുറിച്ച് പരാമർശിക്കുന്നു.

1) മണ്ഡ - കഞ്ഞിവെള്ളം 2) പേയ - കഞ്ഞി തന്നെ പക്ഷെ വെള്ളം കൂട്ടി ഉണ്ടാക്കുന്നു. 3) വിലേപി - കഞ്ഞി തന്നെ വെള്ളം കുറച്ച് ഉണ്ടാക്കുന്നത് 4) ഓദനം - ചോറ്.

മണ്ഡ - അരി വേവിച്ച് തെളി മാത്രം എടുക്കുന്നത് മണ്ഡം. പണ്ട് കാലങ്ങളിൽ കർക്കടകം പഞ്ഞമാസമാണ്. തിമിർത്ത് പെയ്യുന്ന മഴയിൽ പണിക്ക് പോകാൻ കഴിയാത്തവർ കുടിലുകളിൽ വിശപ്പടക്കുന്നത്, മിക്കവാറും കഞ്ഞിതെളി കഴിച്ചായിരിക്കും.

ശാസ്ത്രീയമായി കഞ്ഞിവെള്ളം തയ്യാറാക്കുന്നത്

അരിയുടെ പതിനാല് ഇരട്ടി വെള്ളത്തിൽ അരി തിളപ്പിച്ച് കഞ്ഞി തെളി ഊറ്റിയെടുക്കുക. അതിൽ ചുക്കും കുറച്ച് ഇന്തുപ്പും ഇടാവുന്നതാണ്.

ഗുണം

കഞ്ഞിതെളി ദഹനത്തെ ഉദ്ദീപിപ്പിക്കുന്നു. പചനത്തേയും സഹായിക്കുന്നു.

ശാർങ്ഗധര സംഹിതയിൽ അഷ്ടഗുണമണ്ഡത്തെകുറിച്ച് വിവരിക്കുന്നു. ഔഷധക്കൂട്ട് ചേർത്തു തയ്യാറാക്കുന്ന ഈ അഷ്ടഗുണ മണ്ഡത്തിന് എട്ട് ഗുണങ്ങളുണ്ട്.

അഷ്ടഗുണ മണ്ഡത്തിന്റെ ചേരുവകൾ

മല്ലി, ചുക്ക്, കുരുമുളക്, തിപ്പലി, ഇന്തുപ്പ് ഇവ 2 ½ g വീതം.

ചെറുപയറ്, അരി (Oryza sativa) ഇവ തുല്യമായിട്ടെടുക്കുക - അമ്പത് ഗ്രാം വീതം എടുക്കുക.

ഒരു മൺപാത്രത്തിൽ രണ്ടാമത്തെ ചേരുവ (ചെറുപയറ്, അരി) പതിനാല് ഇരട്ടി വെള്ളം ചേർത്ത് അവ വേകുമ്പോൾ ഒന്നാമത്തെ ചേരുവയിലുള്ള മരുന്ന്, ചതച്ച് ചേർക്കുക. വെള്ളം ഊറ്റിയതിനുശേഷം ആ വെള്ളത്തിൽ എണ്ണയിൽ വറുത്ത കായം കുറച്ച് പൊടിച്ച് ചേർക്കുക.

ഇത് വളരെ ലളിതവും ഉണ്ടാക്കാൻ യാതൊരു പ്രയാസവുമില്ലാത്ത

കഞ്ഞിതെളിയാണ്. കർക്കടക കാലസമയത്ത് ഹോസ്റ്റലിലും മറ്റു താമസിക്കുന്നവർക്ക് പോലും ഒരു കൈനടൈസറിന്റെ സഹായമുണ്ടെങ്കിൽ ഇത് തയ്യാറാക്കി ഉപയോഗിക്കാവുന്നതാണ്. സാധാരണ വീട്ടിൽ കഞ്ഞി വയ്ക്കുന്ന രീതി അവലംബിച്ചും ഇത് തയ്യാറാക്കാം. അരിയിൽ 14 ഇരട്ടി വെള്ളം അളന്ന് ചേർക്കുക എന്നത് ശാസ്ത്രത്തിൽ പറഞ്ഞ രീതിയാണ്. അങ്ങനെ തന്നെ ചെയ്യണമെന്ന് ഒരു നിർബന്ധവും ഇല്ല.

അരിക്ക് പകരം യവം ചേർത്തും കഞ്ഞി തയ്യാറാക്കേണ്ട വിധം

യവം വറുത്ത് എടുക്കുക - 100 ഗ്രാം

വെള്ളം - പതിന്നാല് ഇരട്ടി

നേരത്തെ അഷ്ടഗുണ മണ്ഡം തയ്യാറാക്കിയ വിധത്തിൽ തയ്യാർ ചെയ്ത് ചുക്ക്, തിപ്പലി, കുരുമുളക്, മല്ലി ഇവ 1 ഗ്രാം വീതം പൊടിച്ച് ചേർക്കണം. യവം വാട്ടിയെടുക്കുന്നതിനാൽ കഫഹരമാണ്. കണ്ഠത്തിന് നല്ലതും, രക്തപിത്തപ്രസാദനവുമാണ്. സ്ഥിരമായി പാടുന്നവർ, പാട്ട് തൊഴിൽ ആയി സ്വീകരിച്ചവർ, ഇവർക്ക് യവകഞ്ഞി ഗുണം ചെയ്യും. കർക്കടക കഞ്ഞി യഥാവിധി തയ്യാർ ചെയ്ത് കഴിക്കാൻ സാധിച്ചില്ലെങ്കിൽ ഈ വിധേനയെങ്കിലും ത്രിദോഷങ്ങളെ ശമിപ്പിക്കാനും അഗ്നിയെ രക്ഷിക്കാനും ശ്രമിക്കണം.

2) പേയ - 'പേയ സിക്ഥസമന്വിത', അതായത് പേയ എന്നാൽ വെള്ളവും അരിയും കലർന്ന കേരളീയരുടെ പ്രധാനപ്പെട്ട അത്താഴ ഭക്ഷണം ആയ കഞ്ഞി ആണ്.

പതിന്നാല് ഇരട്ടി വെള്ളത്തിൽ അരി വേവിച്ച് അരിയും വെള്ളവും ഏകദേശം സമമായി എടുത്ത് കഴിക്കുന്നു. കുറച്ച് വർഷങ്ങൾക്ക് മുൻപ് വരെ കേരളീയർ അത്താഴത്തിന് കഞ്ഞിയാണ് നിത്യവും ഉപയോഗിച്ചിരുന്നത്. തിരുവിതാംകൂർ മഹാരാജാവായിരുന്ന ചിത്തിര തിരുനാൾ മഹാരാജാവ് ഭക്ഷണമായി രാത്രി കഞ്ഞി ഉപയോഗിക്കുന്നതിനെപ്പറ്റി അശ്വതിതിരുനാൾ തമ്പുരാട്ടി തന്റെ ഗ്രന്ഥത്തിൽ പരാമർശിക്കുന്നുണ്ട്. ഇത്ര ലളിതമായ ഒരു ഭക്ഷണശൈലി പിന്തുടർന്ന കേരളീയരുടെ അത്താഴത്തിൽ ഇന്ന് കഞ്ഞി കടന്നുവരുന്നതേയില്ല എന്നത് ശ്രദ്ധേയമാണ്.

കഞ്ഞി ലഘുവായ ഭക്ഷണമാണ്. കൂടാതെ ധാതുക്കളെ പോഷിപ്പിക്കുകയും ചെയ്യുന്നു. ഏതെങ്കിലും ഒരസുഖം മാറി വരുന്ന അവസ്ഥ

യിൽ ആയുർവേദ, അലോപ്പതി ഡോക്ടർമാർ എന്ന വിവേചനമില്ലാതെ ഏവരും ഉപദേശിക്കുന്ന ഒരു ഭക്ഷണമാണ് കഞ്ഞി. കഞ്ഞി പണ്ട് കേരളത്തിൽ പ്രഭാതഭക്ഷണമായിപോലും ഉപയോഗിക്കാറുണ്ടായിരുന്നു. ഇങ്ങനെ കേരളീയരുടെ ഭക്ഷണം ആയതിനാൽ കഞ്ഞിയിൽ മരുന്ന് ചേർക്കുന്ന രീതിയും പ്രാബല്യത്തിൽ വന്നു. കേരളത്തിൽ അരിയും പയറും ചേർത്ത് വേവിച്ച് തേങ്ങാപീര ചേർത്ത് എടുക്കുന്ന സ്വാദിഷ്ഠമായ പയറ് കഞ്ഞി, കാർബോഹൈഡ്രേറ്റ്, പ്രോട്ടീൻ ഇവ ഉൾക്കൊള്ളിച്ച് മധുരവും ഉപ്പും ചേർന്നു വരുന്ന ഒരു സമീകൃത ഭക്ഷണപദാർത്ഥമാണ്. കൂടാതെ കഞ്ഞിയിൽ ഇല്ലാത്ത ലെസിറ്റിൻ (Lecitin) എന്ന അമിനോ ആസിഡ് പയറിലുണ്ട്. ഇവിടെ മണ്ഡത്തിൽ പറഞ്ഞ മല്ലി, ചുക്ക്, കുരുമുളക്, തിപ്പലി ഇവ ആവശ്യാനുസാരേണ ചേർക്കാവുന്നതാണ്. ഈ വിധത്തിൽ കഴിച്ചാൽ ഇത് ഒരു സമ്പൂർണ്ണ സമീകൃതാഹാരമായി.

ഞവരകഞ്ഞി

'ഞവര'യാണ് കർക്കടകത്തിൽ അരിക്ക് പകരം കഞ്ഞിയിൽ നാം ഉപയോഗിക്കേണ്ടത്. ശാലി, വ്രീഹി എന്ന് അരിവർഗത്തെ രണ്ടായി തിരിച്ചിരിക്കുന്നു. ശാലിയാണ് നാം സാധാരണയായി ഉപയോഗിക്കുന്ന അരി. എന്നാൽ വ്രീഹിയിൽ പ്രധാനപ്പെട്ടതാണ് ഞവരയരി. ഒറൈസ സറ്റൈവ

(Orysa sativa) വർഗത്തിൽ തന്നെയാണ് ഞവരയരി വരുന്നത്. 2500 വർഷം മുമ്പ് കേരളത്തിൽ കൃഷി ചെയ്ത് ആഢ്യവർഗത്തിലുള്ളവർ ഉപയോഗിച്ചിരുന്ന ഔഷധ നെല്ലിനമാണ് ഞവര. വ്രീഹി ഗണത്തിൽപ്പെട്ട ഞവരയരി സ്നിഗ്ധം, ഗുരു എന്നീ ഗുണങ്ങളോടും മധുര രസത്തോടും കൂടിയ പദാർത്ഥമാണ്. വാതപിത്തകോപങ്ങളെ കണക്കിലെടുത്ത് മധുരരസമാണ് കർക്കടകത്തിൽ ശീലിക്കേണ്ടത്. അതായത് ഭക്ഷണത്തിന്റെ സ്വാഭാവികമായ അവസ്ഥയിൽ നാം ചെയ്യുന്ന സംസ്കാരങ്ങൾ (വറുക്കുക, പൊടിക്കുക എന്നിവയാൽ) അതിന്റെ ഗുണത്തിൽ മാറ്റം വരുത്തും. അരി വറുത്താൽ ലഘുവായി. എന്നാൽ പുളിപ്പിച്ച് ആട്ടിയാൽ ഗുരുവായി. അതായത് വറുക്കൽ, പുളിപ്പിക്കൽ തുടങ്ങിയ സംസ്കാരങ്ങൾ കൊണ്ട് നമുക്ക് ഭക്ഷണത്തിന്റെ ഗുണങ്ങളെ മാറ്റാം.

കഞ്ഞി വേവിച്ച് ചൂടോടുകൂടി കഴിച്ചാൽ, അത് ത്രിദോഷ ശമനമാണ്. ഈ അരിയുടെ മേന്മ തിരിച്ചറിഞ്ഞ് ഇതിനെ ധാരാളമായി കേരളീയ ചികിത്സാപദ്ധതിയിൽ ഉൾക്കൊള്ളിച്ചിരിക്കുന്നത് കാണാവുന്നതാണ്. പക്ഷാഘാത രോഗികൾക്കും, അസ്ഥിഭംഗം ഉള്ളവർക്കും ഞവരക്കിഴി ചെയ്തു വരാറുണ്ട്. പാൽ ആണ് ഗുണവർദ്ധനവിന് വേണ്ടി ഇവിടെ ഞവരയുടെ കൂടെ ഉപയോഗിക്കുന്ന ഒരു ദ്രവ ദ്രവ്യം.

ഞവര ശരീരത്തിന് ബലത്തെ നൽകി ക്ഷീണം, തളർച്ച എന്നിവയെ മാറ്റാൻ സഹായിക്കുന്നു. ബലം, ക്ഷീണം, തളർച്ച എന്നിവ ശരീരത്തിനെ മാത്രമല്ല മനസ്സിനെയും ബാധിക്കും. മനസ്സിനെയും ശരീരത്തെയും ബാധിക്കുന്ന തളർച്ചയെ അകറ്റാൻ ഔഷധയുക്തമായ ഞവരകഞ്ഞി കർക്കടകത്തിൽ സഹായിക്കുന്നു.

രക്തത്തിലെ പഞ്ചസാരയുടെ അളവ് ഉയർത്താനുള്ള കഴിവ് (Glycemic index) ഓരോ ദ്രവ്യങ്ങൾക്കും വ്യത്യാസപ്പെട്ടിരിക്കും. ഓരോ അരിയുടേയും glycemic index വ്യത്യാസമാണ്. Glycemic index കുറവുള്ള അരിയാണ് പ്രമേഹരോഗികൾക്ക് മറ്റും നല്ലത്. ഞവരയരി അത്തരത്തിൽ പെട്ട ഒരിനം അരിയാണ്.

ഞവര നെല്ല് വിളർച്ചയുള്ളവർക്ക് രക്തം വർധിപ്പിക്കാൻ സ്ഥിരമായി കഴിക്കാൻ നിർദേശിക്കാറുണ്ട്. ഏതെങ്കിലും മാറാരോഗം പിടിപെട്ടവർക്ക് ആരോഗ്യം നിലനിർത്താനും ഞവരകഞ്ഞി നിർദേശിക്കാറുണ്ട്. കഠിനാധ്വാനികൾക്ക് അനുഭവപ്പെടുന്ന ആയാസം കുറയ്ക്കാനും ഓജസ്സ് വീണ്ടെടുക്കാനും ഞവര കഞ്ഞി നല്ലതാണ്.

ആയുർവേദ ശാസ്ത്രം നിത്യം ഉപയോഗിക്കേണ്ട ദ്രവ്യങ്ങളെക്കുറിച്ച്

പരാമർശിക്കുന്നുണ്ട്. നവരനെല്ലും ചെറുപയറും നിത്യം ഉപയോഗിക്കാൻ പറയുന്നുണ്ട്. ഇത് രണ്ടിലും വ്യത്യസ്ത അളവിൽ ശരീരത്തിന് വേണ്ട വിറ്റാമിനും, പ്രോട്ടീനും അടങ്ങിയിരിക്കുന്നു. ഞവരയിൽ വിറ്റാമിൻ ബി, സി എന്നിവ അടങ്ങിയിട്ടുണ്ട്. അതിനാൽ ഇതിന് മഴക്കാലത്ത് ശരീരത്തിന്റെ പ്രതിരോധകുറവിനെ പരിഹരിക്കാൻ ഒരു പരിധിവരെ സാധിക്കും. ഞവര ലഭ്യമായില്ലെങ്കിൽ ഉണക്കലരി ഉപയോഗിക്കാം.

കേരളത്തിലാണ് ഞവര ആദ്യം കൃഷി ചെയ്തതെന്ന് കരുതപ്പെടുന്നു. ഞവര മാംസത്തിനും പേശിക്കും ബലം നൽകുന്ന ഒന്നാണ്. 15-ാം നൂറ്റാണ്ട് മുതൽ ആയുർവേദ മരുന്നുകൾക്കായി ഞവര ഉപയോഗിച്ചു വരുന്നുണ്ട്. ഇതിനെ കേരള അഗ്രികൾച്ചറൽ സർവകലാശാല (Kerala agricultural university) തന്മാത്രപഠനം (molecular study) നടത്തി ക്യാൻസറിനെ ചെറുക്കാൻ ശക്തിയുണ്ടെന്ന് തെളിയിച്ചിരിക്കുന്നു.

ഞവരയുടെ ഗുണം

- രസം - മധുരകഷായം
- ഗുണം - ലഘു, സ്നിഗ്ധം, മൃദു
- വീര്യം - ശീതം
- വിപാകം - മധുരം
- ദോഷകർമം - ത്രിദോഷശമനം

പോഷണം (Nutrition)

- അലിയുന്ന അന്നജം
- പ്രോട്ടീൻ
- അമിനോ ആസിഡ്
- കൊഴുപ്പ്

ആയുർവേദത്തിൽ താഴെ പറയുന്ന രോഗങ്ങൾക്ക് നവര കഴിക്കണമെന്ന് പറയുന്നു. ദേഹം മെലിയുക, കഫ പ്രധാനമായ ശിരോരോഗങ്ങൾ, സന്ധിയിലുള്ള അസുഖങ്ങൾ, അർശസ്, തൊലിപ്പുറത്തെ അസുഖങ്ങൾ, പ്രമേഹം, ശുക്രദോഷം, അതിസാരം, ഗ്രഹണി, അരുചി, ദാഹം എന്നീ രോഗങ്ങളിലും ഗർഭിണികളും സൂതികയും ഞവര വച്ച് കഴിക്കാൻ നിർദ്ദേശിച്ചിട്ടുണ്ട്. വളരെ സുരക്ഷിതമായതിനാൽ വിശ

പ്പുള്ള നവജാത ശിശുക്കൾക്ക് ഞവരയും ചെറിയ അളവിൽ ഏത്തയ്ക്കാ പൊടിച്ചതും ശർക്കരയും ചേർത്ത് കൊടുക്കാറുണ്ട്. കുഞ്ഞുങ്ങൾക്ക് ഭാരം വർദ്ധിക്കാനായി ഈ മിശ്രിതം നല്ലതാണ്. ഗർഭിണികൾക്ക് ഞവര മാംസരസം ചേർത്ത് കഴിക്കുന്നത് ഗർഭത്തിലെ ശിശുവിന്റെ വളർച്ചക്കുറവിനെ പരിഹരിക്കും.

ഞവരയരിയും അമുക്കുരവേരും ശർക്കര ചേർത്ത് കഴിച്ചാൽ ശുക്ലം വർധിക്കുമെന്ന് കണക്കാക്കുന്നു. അൾസർ ഉള്ളവർക്ക് ഞവരയും ഏത്തയ്ക്കാ പൊടിയും 3 മാസം കഴിക്കാൻ വിധിക്കാറുണ്ട്. കണ്ണൂരിൽ പറശ്ശിനിക്കടവിൽ പാമ്പ് കടിയേറ്റ് വരുന്നവർക്ക് വിഷമിറക്കിയിട്ട് പഥ്യമായി നവരകഞ്ഞി കുടിക്കാൻ പറയാറുണ്ട്. ഞവര ചോറ് കടിയേറ്റ ഭാഗത്ത് വേദന കുറയ്ക്കാൻ പുരട്ടാറുമുണ്ട്. മുലപ്പാൽ വർധിപ്പിക്കാൻ അമ്മമാർ ഞവരച്ചോറ്, ശർക്കരയും നെയ്യും ചേർത്ത് പായസമാക്കി കഴിക്കാറുണ്ട്. കാലുകളിലെ ചുട്ടുനീറ്റലിൽ ഞവര ചോറ് അരച്ച് കെട്ടിവച്ചാൽ ശമനം ലഭിക്കുന്നു.

ഞവരക്ക് പകരം പൊടിയരി, നെടിയരി, നുറുക്കരി എന്നിങ്ങനെ അരികൾ ഉപയോഗിച്ചോ ചാമ, ഗോതമ്പ്, വരക്, പഞ്ഞപ്പുല്ല് മുതലായ ഉപയോഗിച്ചോ കഞ്ഞി തയ്യാറാക്കാം. വടക്കേ ഇന്ത്യയിൽ ചെറുപയർ, ഉഴുന്ന്, കടല, അരി ഇവ ചേർത്ത് കഞ്ഞി വയ്ക്കാറുണ്ട്. പണ്ട് ക്ഷേത്രങ്ങളിലും 'കഞ്ഞി വീഴ്ത്ത്' എന്നൊരു ചടങ്ങു പോലും ഉണ്ടായിരുന്നു.

പണ്ടുകാലത്ത് കർക്കടക കഞ്ഞി നമ്മുടെ തൊടിക്കുള്ളിൽ വളർത്തുന്ന ചെടികൾ ഉപയോഗിച്ച് അവയുടെ ഔഷധമൂല്യം തിരിച്ചറിഞ്ഞ് ഒരു മുത്തശ്ശിവൈദ്യം പോലെ ചെയ്തു വന്ന ഒരു ശീലമാണ്. എന്നാൽ ഇന്ന് നഗരങ്ങളിൽ ഫ്ളാറ്റിലും മറ്റും താമസിക്കുന്ന ആളുകൾ തുളസിപോലും വീട്ടുമുറ്റത്ത് വളർത്തി കാണുന്നില്ല. അതിനാൽ പലരും കർക്കടക കഞ്ഞിക്ക് മാർക്കറ്റിനെ ആശ്രയിക്കുന്നതായി കാണാം. വളരെ പ്രയാസമില്ലാതെ ഒട്ടൊന്ന് മെനക്കെട്ടാൽ തയ്യാർ ചെയ്യാൻ സാധിക്കാവുന്നതാണ് കർക്കടകകഞ്ഞി.

കഞ്ഞി 7 - 14 - 21 - 28 ദിവസം വരെ കഴിക്കണമെന്നാണ് ഒരു നിയമം.

ശാസ്ത്രീയമായി തയ്യാർ ചെയ്യാവുന്ന കഞ്ഞി

ഞവരയരി - തവിട് ചേർന്നിരിക്കുന്നതോ തവിട് കളഞ്ഞതോ ഓരോരുത്തരും ഇഷ്ടപ്പെട്ട മാതിരി (പൊടിയരിയോ ഉണക്കലരിയോ ആകാം), ഞവരയരിക്ക് വേവ് കൂടുതലാണ്. ആയതിനാൽ കുതിർത്തിട്ട്

കഞ്ഞി വയ്ക്കുന്നതാണ് നല്ലത്. ഉണക്കലരി പെട്ടെന്ന് വേകുന്നതിനാൽ പലരും ഉണക്കലരി ഉപയോഗിച്ചാണ് കഞ്ഞി തയ്യാറാക്കുക. അരി വേകുവാനുള്ള വെള്ളത്തിൽ കുറച്ചു മരുന്നുകളുടെ വാട്ടി പിഴിഞ്ഞ നീര് ചേർക്കാം.

- ഓരില
- മൂവില
- ശതാവരി കിഴങ്ങ്
- കുറുന്തോട്ടി വേര്
- പനിക്കൂർക്കയില

കുറുന്തോട്ടി ഒഴിച്ച് ബാക്കി മരുന്നുകൾ ഓരോ പിടി എടുത്ത് വാട്ടി പിഴിഞ്ഞ നീര് ഞവര വേകാൻ ഇട്ട വെള്ളത്തിൽ ചേർക്കാം. ശേഷം കുറുന്തോട്ടി പൊടിച്ചത് ചേർക്കുക. ഇവിടെ പ്രായോഗികമായി ഒരു ബുദ്ധിമുട്ട് അനുഭവപ്പെടാം. എന്തെന്നാൽ ഈ ചെടികൾ പച്ചയ്ക്ക് സൂക്ഷിക്കാനുള്ള പ്രയാസമാണ്. അവ പച്ചയ്ക്ക് ലഭിച്ചില്ലെങ്കിൽ ഈ മരുന്നുകളുടെ ഉണക്കി പൊടിച്ച സൂക്ഷ്മചൂർണം വിപണിയിൽ ലഭ്യമാണ്. ഒരു പലം (60 ഗ്രാം) മരുന്ന്, എട്ട് ഇരട്ടി അല്ലെങ്കിൽ പതിന്നാറ് ഇരട്ടി വെള്ളത്തിൽ കഷായം വച്ച് നാലിലൊന്നാക്കുക. അല്ലെങ്കിൽ 60 ഗ്രാം മരുന്ന് $1^1/_2$ ലിറ്റർ വെള്ളത്തിൽ കഷായം വെച്ച് കാൽ മണിക്കൂർ തിളപ്പിക്കുക. തെളി ഊറ്റിയെടുത്ത് ഈ കഷായ ജലത്തിൽ അരിയിട്ട് (100 ഗ്രാം) വേവിക്കുക. ഇങ്ങനെ തിളപ്പിച്ച് വെന്തിരിക്കുന്ന കഞ്ഞിയിൽ പചനശക്തി വർദ്ധിപ്പിക്കുവാൻ താഴെ പറയുന്ന മരുന്നുകൾ പൊടിച്ച് ഇട്ട് കഴിക്കാം.

- ചുക്ക്
- തിപ്പലി
- ഏലത്തരി
- ഇലവർങം
- പച്ചില
- നാഗപൂവ്
- ഉലുവ
- ആശാളി

ഈ മരുന്നുകൾ ഒരു ഗ്രാം വീതം ഇട്ട് ചെറുതീയിൽ വച്ച് 5 മിനിട്ട്

വേവിച്ച ശേഷം ചൂടോടെ ഉപയോഗിക്കുക. ആശാളി ദഹനശക്തി കൂട്ടാൻ ഏറെ സഹായിക്കും. ആശാളി ആദ്യമേ കഞ്ഞിയിൽ ചേർത്താൽ കഞ്ഞിക്ക് കൊഴുപ്പ് കൂടും. അതിനാൽ ആശാളി അവസാനം പൊടിച്ച് ചേർക്കുകയാണ് പതിവ്.

ഇതിലെ പല മരുന്നും കയ്പ്പ് ആയതിനാൽ കഴിക്കാൻ ചിലപ്പോൾ ബുദ്ധിമുട്ട് അനുഭവപ്പെടുകയാണെങ്കിൽ തേങ്ങാപ്പാൽ, പശുവിൻ പാൽ, ആട്ടിൻപാൽ എന്നിവ ചേർക്കാം. കേരളത്തിന്റെ കാലാവസ്ഥയ്ക്ക് തേങ്ങാപ്പാൽ പ്രായഭേദമെന്യേ ആർക്കും ഉപയോഗിക്കാവുന്നതാണ്. ജൈവരീതിയിൽ തയ്യാർ ചെയ്ത് പുല്ല് നൽകി വളർത്തുന്ന പശുവിൻ പാൽ (ഇതിന്റെ ലഭ്യതകുറവ് പ്രശ്നം തന്നെയാണ്) പാടമാറ്റി കഞ്ഞിയിൽ ഒഴിച്ച് കഴിക്കാം. കഫകെട്ടോ അല്ലെങ്കിൽ ആസ്ത്മ രോഗമുള്ളവരോ പശുവിൻ പാലിന് പകരം ആട്ടിൻപാൽ ചേർത്ത് കഴിക്കുന്നതാവും നല്ലത്. രുചി കൂട്ടാൻ ചെറിയ ഉള്ളി അല്ലെങ്കിൽ വെളുത്തുള്ളി ചെറുതായി നുറുക്കി നെയ്യിൽ ചേർത്ത് താളിച്ച് ചേർക്കാവുന്നതാണ്. അൽപ്പം ഭാവനയുള്ള വീട്ടമ്മമാർ ഈ കൂട്ടിൽ സ്വന്തമായ പരിഷ്കാരം നടത്താറുണ്ട്. ചിലർ ചെറുപയർ ഒരു പിടി ഇട്ടും കഴിക്കും. തേങ്ങാപ്പാൽ പിഴിയാൻ ബുദ്ധിമുട്ട് തോന്നുന്നുവെങ്കിൽ തേങ്ങാപീരയിട്ട് ഇന്തുപ്പ് ചേർത്ത് കഴിക്കുക. ഉപ്പ് കർക്കടക കഞ്ഞിയിൽ പൊതുവേ ചേർക്കാറില്ല. ആവശ്യമെങ്കിൽ ഇന്ദുപ്പ് ആകാം. ഇന്ദുപ്പ് അങ്ങാടി കടയിൽ ലഭിക്കും. വർഷകാലത്തെ കർക്കടകചര്യയിൽ ആഹാരം വ്യക്തമായി മധുര അമ്ല ലവണ രസങ്ങൾ ഉണ്ടായിരിക്കേണ്ട ആവശ്യം കണക്കിലെടുത്താണ് ഈ ചേരുവകൾ നിഷ്കർഷിച്ച് കഞ്ഞി തയ്യാറാക്കാൻ നിർദ്ദേശിച്ചിരിക്കുന്നത്.

പ്രക്ഷേപചൂർണ്ണത്തിന്റെ കൂട്ട് വേറൊരു രീതിയിലും തയ്യാർ ചെയ്യാം. പ്രക്ഷേപചൂർണ്ണമെന്നാൽ അഗ്നിദീപ്തിക്കായി കഞ്ഞി തയ്യാറാക്കിയതിനുശേഷം ചേർക്കുന്നത്

- ജീരകം
- ചുക്ക്
- തിപ്പലി
- ഏലയ്ക്ക

വീട്ടിലുള്ളവരുടെ സ്വാദിനനുസരിച്ച് പ്രിയത്തോട് കൂടി കഴിക്കേണ്ട ആഹാരമാണ് അത്താഴം. ആഹാരത്തെ കുറിച്ച് ആയുർവേദം നിഷ്കർഷിക്കുമ്പോൾ ഏറ്റവും പ്രധാനപ്പെട്ട ഒരു കാര്യമാണ് ആഹാരം

കഴിക്കുന്ന രീതി. സ്നേഹത്തോടെ പാകം ചെയ്ത് ഒരുമിച്ച് വിളമ്പി കഴിച്ചാൽ കഷായത്തിൽ വെന്ത ഭക്ഷണം കുട്ടികൾ പോലും കഴിക്കുന്നത് കാണാം. അതിനാൽ ആരോഗ്യ സംരക്ഷണം എന്ന മഹത്തായ കാര്യം മുൻനിറുത്തിയുള്ള ഒരുദ്യമം എന്ന നിലയ്ക്ക് വീട്ടുകാരുടെ എല്ലാം സഹകരണത്തോടെ കർക്കടക കഞ്ഞി കുടിക്കാൻ തയ്യാറാകണം. ആദ്യത്തെ 2 – 3 ദിവസം ഏതു രീതിയിൽ വച്ചാലാണ് കൂടുതൽ നന്നായി വീട്ടുകാർ കഴിക്കുന്നുവെന്ന് ശ്രദ്ധിക്കാം. ടെസ്റ്റർ കേക്ക് (Tester cake) ഉണ്ടാക്കിയിട്ട് ശരിക്കുള്ള കേക്ക് ഉണ്ടാക്കുന്നതുപോലെ, മരുന്നിന്റെ അളവ് കുറച്ച് നോക്കാം. അത് കഞ്ഞിയുടെ ഗുണം കുറയ്ക്കും.

തൊലിപ്പുറത്ത് അസുഖമുള്ള കുഞ്ഞുങ്ങൾക്കുള്ള കഞ്ഞി

അരിയാറ് ചേർത്ത് തയ്യാറാക്കുന്ന കഞ്ഞി. 6 ഇനം അരി ചേർത്ത് തയ്യാറാക്കുന്നതിനാൽ അരിയാറ് എന്നുവിളിക്കുന്നു.

- മല്ലി
- വിഴാലരി
- ചെറുപുന്നയരി
- കുടകപ്പാലയരി
- ഏലം
- കാർകോകിലരി

മുകളിൽപ്പറഞ്ഞ മരുന്ന് കഴുകി ഉണക്കി ചതച്ച് എടുക്കുക. ഒന്നരലിറ്റർ വെള്ളം ചേർത്ത് 100 ഗ്രാം ഞവരയരിയിട്ട് വേവിച്ച് എടുക്കുക. അരിയാറ് 2.5 ഗ്രാം പൊടിച്ച് ഞവരകഞ്ഞിയിൽ 5 മിനിറ്റ് ഇടുക. ചെറുതീയിൽ ചൂടാക്കി 2 സ്പൂൺ തേങ്ങാപ്പാൽ ചേർക്കാം. കുടകപ്പാലയരി, കാർകോകിലരി ഇവ മാറ്റി ബാക്കി 4 ചേരുവകളുടെ പൊടി ചേർക്കാം. കുടകപ്പാലയരി, കാർകോകിലരി ആവശ്യമെങ്കിൽ വൈദ്യ നിർദ്ദേശപ്രകാരം മാത്രം ചേർത്താർ മതിയാകും. അരിയാറ് 10 ഗ്രാം വീതം എടുത്ത് 1800 മില്ലി ലിറ്റർ വെള്ളത്തിൽ ചേർത്ത് 1000 മില്ലി ലിറ്റർ ആക്കി വറ്റിച്ചെടുക്കുക. ശേഷം 100 ഗ്രാം ഞവരയരി ചേർത്ത് കഞ്ഞി തയ്യാറാക്കുക. അരിയാറ് ഇട്ട് തിളപ്പിച്ച് അല്പം വറ്റിച്ച കഷായ ജലത്തിൽ ഞവരയരി ചേർത്ത് എളുപ്പത്തിലും ഇത് തയ്യാറാക്കാം.

അഗ്നിബലം വർദ്ധിപ്പിക്കാനുള്ള കഞ്ഞി

- കുറുന്തോട്ടി വേര്
- അതിബലവേര്
- തിരുതാളി

} 20 ഗ്രാം വീതം

3 മരുന്നുകൾ ഒന്നര ലിറ്റർ വെള്ളത്തിൽ തിളപ്പിച്ച് പകുതിയാക്കി വറ്റിക്കുക. അതിൽ കുതിർത്ത് വച്ച ഞവര ചേർത്ത് വേവിക്കുക. വെന്തു വരുമ്പോൾ ആവശ്യമെങ്കിൽ വെള്ളം ഒഴിച്ച് ഇളക്കി കൊടുക്കുക. അതിന്ശേഷം താഴെപറയുന്ന പ്രക്ഷേപചൂർണം - രണ്ടര ഗ്രാം വീതം പൊടിച്ച് അവസാനം കഞ്ഞിയിൽ ചേർക്കുക.

- ജീരകം
- ചതുർജാതം ->
  1. ഏലം
  2. ഇലവർങ്ങം
  3. പച്ചില
  4. നാഗപൂവ്
- ജാതിക്ക
- ധാന്യകം
- ആശാളി
- ശതകുപ്പ
- മഞ്ഞൾ

മറ്റൊരു രീതിയിൽ തയ്യാറാക്കാവുന്ന കഞ്ഞി

- മല്ലി
- വിഴാലരി
- ചെറുപുന്നയരി
- കുടകപ്പാലയരി
- കാർകോകിലരി
- ജീരകം

- പെരുംജീരകം
- അയമോദകം
- ഉലുവ
- ആശാളി
- പൂത്താരി ചുണ്ടവേര്
- വരട്ട് മഞ്ഞൾ
- ചുക്ക്
- ശതകുപ്പ
- നറുനീണ്ടിക്കിഴങ്ങ്
- കരിംജീരകം
- ഏലം
- തക്കോലം
- ഗ്രാമ്പൂ
- ജാതിക്ക

ഇവ അഞ്ച് ഗ്രാം വീതം രണ്ട് ലിറ്റർ വെള്ളത്തിൽ കഷായ ത്തിന് വയ്ക്കുക. അഞ്ഞൂറ് മില്ലി ആക്കി വറ്റിച്ചെടുത്ത് അതിൽ അരി (100 ഗ്രാം-150 ഗ്രാം) ചേർത്ത് രണ്ട് ഇരട്ടി വെള്ളമൊഴിച്ച് വേവിച്ച്, വേകുമ്പോൾ ഇരുന്നൂറ്റിയമ്പത് മില്ലി പശുവിൻ പാലോ തേങ്ങാപ്പാലോ ചേർത്തെടുക്കുക. ജീരകം അല്ലെങ്കിൽ ചുവന്നുള്ളി ഇവ നെയ്യിൽ വറുത്ത് ചേർക്കുക. ചൂടോടുകൂടി വിളമ്പി കഴിക്കുക.

പ്രമേഹികൾ നെയ്യ് ഉപയോഗിക്കരുത്. പാൽ ഉപയോഗിക്കുന്നുവെങ്കിൽ പാട മാറ്റി എടുക്കണം. കുട്ടികൾക്ക് അളവു കുറച്ച് നൽകിയാൽ മതിയാകും.

മഴക്കാലത്ത് കഞ്ഞി മാത്രമല്ല വിധിച്ചിട്ടുള്ളത്. ഒരുവർഷം പഴകിയ ധാന്യം വച്ച് കഞ്ഞി കുടിക്കുന്നതുപോലെ തന്നെ യൂഷം, മാംസരസം എന്നിവയും ഉപയോഗിക്കാൻ വിധിക്കുന്നു.

മാംസരസം തയ്യാറാക്കുന്ന വിധി (ആട്ടിൻ സൂപ്പ്)

ആട്ടിൻ മാംസം - 200ഗ്രാം (ആട്ടിൻ മാംസം ചെറുതായി നുറുക്കി കഴുകി) എടുക്കുക. 2.5ഗ്രാം വീതം താഴെ പറയുന്ന മരുന്നുകൾ എടുത്ത്

മാംസം ചേർത്ത് 3 ലിറ്റർ വെള്ളത്തിൽ ചതച്ചിടുക.

- തിപ്പലി
- കാട്ടുതിപ്പലി വേര്
- കാട്ടുമുളകിൻ വേര്
- കൊടുവേലി കിഴങ്ങ്
- ചുക്ക്

ഈ മരുന്നുകൾ ചതച്ച വെള്ളത്തിൽ മാതളങ്ങത്തോട് - 100 ഗ്രാം ചതച്ചിടുക. ചെറുതീയിൽ മാംസം വേവിക്കാൻ വെയ്ക്കുക. 3 ലിറ്റൽ വറ്റിച്ച് - 800 മില്ലി. ആക്കി പിഴിഞ്ഞരിച്ച് ശേഷം കായം, ഇന്തുപ്പ്, ജീരകം ഇവ നെയ്യിൽ വറുത്ത് ചേർക്കുക.

മാതളങ്ങാത്തോട് മാറ്റി രുചിക്ക് തേങ്ങാപ്പാൽ ചേർത്തും ഉപയോഗിക്കാവുന്നതാണ്.

യൂഷരസം

- ചെറുപയർ, തോരൻപരിപ്പ് - 100 ഗ്രാം വീതം
- 2 ലിറ്റർ വെള്ളത്തിൽ ചേർത്ത് എണ്ണൂറ് മില്ലി ലിറ്റർ ആക്കി വറ്റിക്കുക. ഇതിൽ ഇന്തുപ്പ്, ചുക്ക്, മല്ലി, തിപ്പലി, ജീരകം ഇവ ഓരോന്നും ഓരോ ഗ്രാം വീതം പൊടിച്ചിടുക. ശേഷം നെയ്യിൽ താളിച്ചെടുക്കുക.

മറ്റൊരു കഞ്ഞി

1.	ഞവര അരി	-	½ കപ്പ്
	നുറുക്ക് ഗോതമ്പ്	-	5 സ്പൂൺ
2.	തേങ്ങാപ്പാൽ	-	½ കപ്പ്
	പശുവിൻ പാൽ	-	½ കപ്പ്

3. ശർക്കര - ആവശ്യത്തിന്
4. ജാതിക്ക
   കരിംജീരകം
   കുറുന്തോട്ടി

തഴുതാമ വേര്

പുത്തരിച്ചുണ്ട വേര്

ചങ്ങളംപരണ്ട വേര്

4-ാമത്തെ ചേരുവകൾ ഓരോന്നും രണ്ടര ഗ്രാം വീതം എടുക്കുക.

ഞവരയും ഗോതമ്പും ഒരു ലിറ്റർ വെള്ളത്തിൽ വേവിച്ചെടു ക്കുക. കഞ്ഞി വെന്തു കഴിയുമ്പോൾ നാലാമത്തെ ചേരുവകൾ പൊടിച്ചു ചേർക്കണം. ശേഷം തോങ്ങാപ്പാൽ അല്ലെങ്കിൽ പാൽ ഒഴിക്കുക. ശർക്കരയോ കരിപ്പെട്ടിയോ ചേർത്തും ഉപയോഗിക്കാം.

ദശമൂലം ചേർത്ത കഞ്ഞി

ഉണക്കലരി അല്ലെങ്കിൽ ഞവരയരി (100ഗ്രാം) വെള്ളത്തിൽ (ഒരു ലിറ്റർ), ദശമൂലം - 12.5 ഗ്രാം (എല്ലാം കൂടെ പൊടിച്ച് ചേർക്കുക). കഞ്ഞി വേകുമ്പോൾ ചുക്ക്, ജീരകം, ആശാളി കൊത്തമ്പാലയരി ഇവ ഓരോ ഗ്രാം വീതം വറുത്ത് പൊടിച്ച് ചേർക്കുക. ശേഷം തേങ്ങാപാൽ ഒഴിച്ച് കരിപ്പെട്ടി കൂട്ടി കഴിക്കാം. പ്രമേഹികൾ തേങ്ങാപാൽ, കരിപ്പെട്ടി ഒഴിവാക്കുക.

തെക്കൻ കേരളത്തിൽ ഉപയോഗിക്കുന്ന കഞ്ഞി - ദശപുഷ്പം ചേർത്തത്

- വിഷ്ണുക്രാന്തി / കൃഷ്ണക്രാന്തി
- നിലപ്പന
- പൂവാങ്കുറുന്നൽ
- കയ്യോന്നി
- മുയൽചെവിയൻ
- കറുക
- ചെറുള
- മുക്കുറ്റി
- തിരുനാളി
- ഉഴിഞ്ഞ

നൂറ് ഗ്രാം ഞവര അല്ലെങ്കിൽ ഉണക്കലരി രണ്ട് ലിറ്റർ വെള്ളം തിളപ്പിച്ച്, കഞ്ഞി പാകമാകുമ്പോൾ ദശപുഷ്പം ഇടിച്ചു പിഴിഞ്ഞ് നീര് അതിലൊഴിച്ച് ശർക്കര ചേർത്തെടുക്കുക. പച്ചയ്ക്ക് ദശപുഷ്പം കിട്ടാൻ വിഷമമുണ്ടെങ്കിൽ. അത് ഉണക്കി പൊടിച്ച് വയ്ക്കുക. മൺപാത്രത്തിൽ അഞ്ച് ഗ്രാം വീതം എടുത്ത് പതിനാറ് ഇരട്ടി വെള്ളത്തിൽ കഷായം വച്ച് നാലിലൊന്നായി വറ്റിച്ച് കഞ്ഞിയിൽ അരിച്ച് ചേർത്താലും മതിയാകും. സ്വാദ് കൂട്ടാൻ ശർക്കര, രണ്ട് സ്പൂൺ തേങ്ങാപ്പാൽ എന്നിവ ചേർക്കണം.

ദശപുഷ്പങ്ങളുടെ ഉപയോഗം

തിരുതാളി പൊതുവേ ഗർഭസ്ഥാപകമായി ഉപയോഗിക്കാറുണ്ട്. പൂവാങ്കുറുന്നൽ നേത്രരോഗങ്ങളിലും മൂത്രരോഗങ്ങളിലും ഉപയോഗിക്കാറുണ്ട്. മുക്കൂറ്റി രക്തശുദ്ധി ഉണ്ടാക്കും. വയറിളക്കം ഉണ്ടായാൽ മുക്കുറ്റി അരച്ച് കഞ്ഞി വെച്ച് കഴിപ്പിക്കാറുണ്ട്. നിലപ്പന ലൈംഗികാരോഗ്യത്തിനായി ഉപയോഗിക്കുന്ന മരുന്നാണ്, കയ്യോന്നി തലമുടി വളരാൻ ഉള്ളിലും ബാഹ്യമായും ഉപയോഗിക്കാറുണ്ട്. ഇന്ന് വ്യാപകമായി കാണുന്ന കരൾ വീക്കത്തിനും കയ്യോന്നി നീര് ഫലപ്രദമായി ഉപയോഗിച്ച് വരുന്നു. മുയൽചെവിയൻ നേത്രരോഗങ്ങളിലും തൊണ്ട രോഗങ്ങളിലും ഉപയോഗിച്ച് വരുന്നു. കറുക, നാഡീ രോഗങ്ങളിൽ ഉപയോഗിക്കാറുണ്ട്. കൂടാതെ രക്തചംക്രമണത്തെ ത്വരിതപ്പെടുത്താൻ ഇത് സഹായിക്കുന്നു. ഉഴിഞ്ഞ മൂത്രാശയരോഗങ്ങളിൽ ഉപയോഗിക്കുന്നു.

വിഷ്ണുക്രാന്തി കുട്ടികൾക്ക് ബുദ്ധി ഉണ്ടാവാൻ അകത്തും പുറത്തുമായി ഉപയോഗിക്കുന്ന ഒരൗഷധമാണ്. വിഷ്ണുക്രാന്തി ജ്വരഹരമായും ഉപയോഗിക്കുന്നു. ചെറുള സമൂലം കഷായം വച്ച് കഴിക്കുന്നത് മൂത്രാശ്മരി ശമിക്കാൻ നല്ലതാണ്. മുയൽചെവിയൻ സമൂലമരച്ച് 3-6ഗ്രാം മോരിൽ ചേർത്ത് കഴിച്ചാൽ രക്താശസ്സ് ശമിക്കും.

ചുരുക്കി പറഞ്ഞ ദശപുഷ്പങ്ങൾ ശരീരത്തിന്റെ എല്ലാ അവയവങ്ങളിലും കർമ്മങ്ങൾ ഉള്ള മരുന്ന് ചെടികളാണ്. എല്ലാ അവയവങ്ങളിലേയും ദോഷം ഒഴിഞ്ഞ് ആരോഗ്യം ലഭിക്കാൻ ദശപുഷ്പം ചേർത്ത് കഞ്ഞി കഴിക്കാറുണ്ട്. ദശപുഷ്പങ്ങൾ കർക്കടകത്തിൽ പൂജയ്ക്ക് എടുക്കാറുണ്ട്. കറുക ഒഴികെ 9 എണ്ണവും പുഷ്പിക്കുന്നതാണ്.

ശർക്കരയിൽ ധാതുക്കൾ അടങ്ങിയിട്ടുണ്ട്. മലത്തെ പോക്കാനും രുചി ഉണ്ടാക്കാനും സഹായിക്കും. രക്തസമ്മർദ്ദം ഉള്ള രോഗികൾ ഞവരയ്ക്ക് പകരം മുതിരക്കഞ്ഞി കഴിക്കാറുണ്ട്. രക്തത്തിൽ കൊളസ്ട്രോൾ

വർദ്ധിച്ച് കാണുന്ന അവസ്ഥയിൽ മുതിര നല്ലതാണ്. എന്നാൽ നിത്യം മുതിര സേവിക്കരുത്.

മധ്യകേരളത്തിൽ സാധാരണയായി തയ്യാറാക്കുന്ന കഞ്ഞി

- കൊത്തമ്പാലയരി 2.5 ഗ്രാം
- ജീരകം - 2.5 ഗ്രാം
- ഉലുവ - 2.5 ഗ്രാം
- ശതകുപ്പ - 2.5 ഗ്രാം

ചേരുവകൾ ചെറുതായി വറുത്ത് പൊടിച്ച് മാറ്റി വയ്ക്കുക. മക്കും കായ എന്ന ഔഷധം വെള്ളത്തിലിട്ട് വയ്ക്കുക. ഞവര (100 ഗ്രാം) വെള്ള ത്തിൽ കുതിർത്ത് 1½ ലിറ്റർ വെള്ളത്തിൽ ഒന്നാം കൂട്ടിൽ ഉള്ള മരുന്ന് ചേർക്കുക, മക്കുംകായ വേറെ അരച്ച് ചേർക്കുക. ഞവര വെന്തു വരു മ്പോൾ ആവശ്യമെങ്കിൽ വെള്ളം ചേർക്കുക. തീ താഴ്ത്തി തേങ്ങാ പാലോ കരിപ്പെട്ടിയോ ചേർക്കുക.

കുക്കറിൽ തയ്യാറാക്കാവുന്ന മറ്റൊരു കഞ്ഞി

ഉലുവ	-	2.5 ഗ്രാം
ഞവരയരി	-	150 ഗ്രാം
ഉണക്കലരി	-	50 ഗ്രാം
ചെറുപയറ്	-	10 ഗ്രാം
ഉഴുന്ന്	-	5 ഗ്രാം

ഇവ കഴുകി 4 മണിക്കൂർ കുതിരാൻ വയ്ക്കുക.

രാത്രി ഭക്ഷണ സമയത്ത് മേൽപറഞ്ഞ ചേരുവകൾ ഒന്നര ലിറ്റർ വെള്ളം ചേർത്ത് കുക്കറിൽ വേവിക്കുക. 2 - 3 വിസിൽ അടിപ്പിച്ച് തണു ക്കുമ്പോൾ തുറന്ന് അതിൽ ജീരകം, ചുക്ക് ഇവ പൊടിച്ച് ചേർക്കുക. ആവശ്യമെങ്കിൽ മാത്രം തേങ്ങാപാലോ ശർക്കരയോ ചേർക്കുക.

കർക്കിടകത്തിൽ എളുപ്പത്തിൽ തയ്യാറാക്കുന്ന ഉലുവ കഞ്ഞി

ഇത് പ്രമേഹികൾക്കും കൊളസ്ട്രോൾ അധികമുള്ളവർക്കും ഉപയോ ഗിക്കാം.

ഉലുവ - 10 ഗ്രാം വെള്ളത്തിൽ കുതിർത്തത്, ഞവരയരി അല്ലെങ്കിൽ ഉണക്കലരി - 100 ഗ്രാം.

ഉലുവയും ഞവരയരിയും ഒന്നര ലിറ്റർ വെള്ളം ചേർത്ത് കുക്കറിൽ ഇട്ട് 3 വിസിൽ വരുത്തുക. ശേഷം കുക്കർ തുറന്ന് ജീരകം ചുക്ക് ഇവ പൊടിച്ച് ചേർക്കുക. ആവശ്യമെങ്കിൽ വെള്ളം ചേർത്ത് ചെറുതീയിൽ 5 മിനിറ്റ് തിളപ്പിക്കുക. ശർക്കരയും, തേങ്ങാപാലും ചേർത്തോ ചേർക്കാതെയോ ഉപയോഗിക്കാം.

മഴ വളരെ കൂടുതലുള്ള ദിവസം (അതിവർഷമുള്ള ദിവസം) പുളിയും ഉപ്പും നന്നായി ചേർത്ത രീതിയിൽ, നെയ്യ് ചേർത്തതുമായ ഭക്ഷണം കഴിക്കാൻ വിധിക്കുന്നു. തേൻ ചേർത്ത ലഘുവായ ഭക്ഷണം മാത്രമേ ആകാവൂ എന്നും എടുത്തു പറയുന്നു. ഇനി അഥവാ ഇവയൊന്നും തയ്യാറാക്കാൻ സാധിച്ചില്ലെങ്കിൽ പഞ്ചകോലം ചേർത്ത് തൈരിൻ വെള്ളം കഴിക്കാവുന്നതാണ്. ക്യാൻസർ ചികിത്സയോ മറ്റ് കഠിന രോഗങ്ങളോ ബാധിച്ചിരിക്കുന്നവർ പലരും ആദ്യം ഉണക്കലരി, ഉലുവ ഇട്ട് - 7 ദിവസം കഞ്ഞി വച്ച് കഴിഞ്ഞ് വിശപ്പ് നന്നായി വന്നു കഴിഞ്ഞാൽ ആട്ടിൻ സൂപ്പ് കഴിക്കാവുന്നതാണ്. സൂപ്പിൽ പഞ്ചകോലം പൊടിച്ച് ചേർത്ത് കഴിക്കുന്നതാണ് ഉത്തമം. വൈദ്യ നിർദ്ദേശം പാലിച്ച് മാത്രമേ ചെയ്യാവൂ.

പഞ്ചകോലം ചൂർണ്ണം - 5 ഗ്രാം

- തിപ്പലി
- കാട്ടുതിപ്പലിവേര്
- കാട്ടുമുളകിൻ വേര്
- കൊടുവേലി കിഴങ്ങ്
- ചുക്ക്

തൈരിന്റെ വെള്ളം - ½ ഗ്ലാസ് (തൈരല്ല) ചേർത്ത് കഴിക്കുക. (പഞ്ചകോലം വീട്ടിൽ പൊടിപ്പിച്ച് ഈർപ്പം തട്ടാത്ത ടിന്നിൽ അടച്ച് സൂക്ഷിക്കാവുന്നതാണ്.)

കൊടുവേലി ശുദ്ധി ചെയ്ത് മാത്രം ഉപയോഗിക്കുക.

കർക്കടകത്തിലെ പത്തില

കർക്കടകത്തിൽ പത്തില കൂട്ടണമെന്ന് പഴമൊഴി ഉണ്ട്. കനത്ത മഴ മൂലം ഏതു ജോലി ചെയ്യാനും കർക്കടകത്തിൽ ഉത്സാഹം തോന്നില്ല. ഔഷധമൂല്യമുള്ള ഇലകൾക്ക് ആലസ്യം ഒഴിവാക്കാൻ കഴിയുമെന്നുള്ളതുകൊണ്ടാണ് ഇലക്കറികൾ കഴിക്കാൻ നിർദ്ദേശിച്ചിരിക്കുന്നത്.

- ചേമ്പിൻ തണ്ട്
- തകര
- ചീര
- ചേന
- മത്തൻ
- കുമ്പളം
- തഴുതാമയില
- പയർ
- ആനത്തൂവ
- നെയ്യുണ്ണി

ഈ പത്തില നറുക്കി ഉണക്കി അരിയിലിട്ട് കഞ്ഞി കഴിക്കുന്ന പതിവുമുണ്ട്. ദുർമേദസ്സ് പുറന്തള്ളി ശരീരത്തിലെ സഹജബലം വീണ്ടെടുക്കാൻ ഈ ഇലകൾ വച്ചുണ്ടാക്കുന്ന കറികൾക്ക് സാധിക്കും. ഇലകൾ ഒരുപാട് വേവിക്കാൻ പാടുള്ളതല്ല. ഇലകൾ അരിഞ്ഞ് കടുക് പൊട്ടിച്ചതിൽ ഇട്ട് അൽപ്പം മഞ്ഞൾപൊടിയും ഒരു നുള്ള് മുളകുപൊടിയും ചേർത്ത് മൂടി വച്ച് വേവിക്കുക. തേങ്ങാപീര ചേർത്തോ ചേർക്കാതെയോ ഉപയോഗിക്കാം. രാത്രിയിൽ ഇലക്കറികൾ ഉപയോഗി ക്കാതിരിക്കുന്നതാണ് നല്ലത്. കർക്കടകത്തിൽ മുരിങ്ങയില നിഷിദ്ധമാണ്. മുരിങ്ങയിലയിൽ കട്ടുള്ളതാണ് കാരണമായി വൈദ്യന്മാർ പറയുന്നത്. ഇലകൾ രാസവളങ്ങളിട്ട് വളർത്തിയെടുക്കരുത്. തൊടിയിൽ ജൈവ വളങ്ങൾ ചേർത്ത് വളർത്തുന്നവ ഉപയോഗിക്കുന്നതാണ് ഉത്തമം.

കർക്കടകത്തിൽ ഭക്ഷണം ലഘുവാക്കുന്നതിന്റെ യുക്തി

കഞ്ഞിയിലെ ഘടകങ്ങളെ സൂക്ഷ്മമായി പരിശോധിച്ചാൽ അതിൽ ആഹാരാംശം, ഔഷധാംശം എന്നിവ ഉള്ളതായി കാണാം. ആഹാരാംശം - ധാന്യം/പയറുവർഗങ്ങളെ ഉൾക്കൊള്ളിച്ച് തയ്യാർ ചെയ്തിരിക്കുന്നതു കാണാം. ശരീരത്തിന് ഓജസ്സും പുഷ്ടിയും നൽകാൻ കഴിവുള്ള ഒരു സമീകൃതാഹാരത്തി (balanced diet) ന്റെ ഭാഗമാണിവ. ഒരു ഗ്രാം കാർബോഹൈഡ്രേറ്റിൽ നിന്ന് നാല് കലോറി ഊർജം ലഭിക്കുന്നു. ശരീരത്തിന് വളരെ എളുപ്പം ഊർജം നൽകുന്ന ആഹാരമാണ് കാർബോഹൈഡ്രേറ്റ്സ്. കാർബോഹൈഡ്രേറ്റ്സ് ശരീരത്തിൽ കരളിലും പേശികളിലും ഗ്ലൈക്കോജെൻ ആയി സൂക്ഷിച്ചിട്ട് ആവശ്യത്തിന് നമുക്ക് ഉപയോഗിക്കാൻ തരത്തിൽ രക്തത്തിൽ കാണപ്പെടുന്നു. എന്നാൽ ഈ

കാർബോഹൈഡ്രേറ്റിന്റെ അളവ് കൂടിയാൽ അത് ആരോഗ്യത്തിന് ഹാനികരമാണ്. ഇവിടെ കാർബോഹൈഡ്രേറ്റ് തന്നെ വെള്ളത്തിന്റെ കൂടെ കഴിക്കുന്നതിനാൽ കാർബോഹൈഡ്രേറ്റ് ശരീരത്തിനു ലഭിക്കുകയും എന്നാൽ അത് അധികമാവാൻ അനുവദിക്കുന്നതുമില്ല. കഞ്ഞിയിൽ പാകത്തിൽ ഫൈബർ നാരുകളടങ്ങിയിരിക്കുന്നു. നാരുകൾ വെള്ളത്തിൽ ലയിച്ചാൽ അതു ജെൽപോലെ ഒരു വസ്തു ആകുന്നു. അതിനാൽ അത് ശരീരത്തിലെ രക്തത്തിലുള്ള ഗ്ലൂക്കോസിന്റെ അളവും കൂട്ടില്ല.

ഔഷധഗുണമുള്ള ഭാഗങ്ങൾ (Medicinal part) - പരിശോധിച്ചാൽ ബലത്തെ ഉണ്ടാക്കുന്ന മരുന്നുകൾ അടങ്ങിയിരിക്കുന്നതായി കാണാം. ഇതിലെ പ്രവർത്തന ഘടകങ്ങൾ ശരീരത്തിൽ പ്രതിരോധശക്തി വർദ്ധപ്പിക്കുന്ന ഔഷധങ്ങളുമായി (immune boosters) പ്രവർത്തിച്ച് അസുഖങ്ങളിൽ നിന്ന് ശരീരത്തെ സംരക്ഷിക്കുന്നു. പ്രക്ഷേപദ്രവ്യത്തിലുള്ള പലതും ഒരു digestive & carminative mixture ആണ്. ഭക്ഷണം നന്നായി ആഗിരണം ചെയ്യാനും പചിപ്പിക്കാനും ഇവ സഹായിക്കുന്നു. ഇതിൽ ഗ്രാമ്പു, ജീരകം, ചുക്ക്, കുരുമുളക്, ഏലം ഇവ 'antioxidants' എന്ന വകുപ്പിലും വരുന്നു. spices antioxidant എന്ന അറിയപ്പെടുന്നു. കടകപാലയരി അതിസാരത്തിലും കാർകോകിലരി ചർമ്മ രോഗങ്ങൾക്കും ഉപയോഗിക്കുന്നു. ചെറുപുന്നയരി രക്തസംബന്ധരോഗങ്ങളിൽ ഉപയോഗിക്കുന്നു. വിഴാലരി കൃമിഹരമായ ഔഷധമാണ്.

ഇതിൽ ചേർക്കുന്ന തേങ്ങാപ്പാൽ കോക്കൂസ് ന്യൂസിഫെറ, അരിക്കസി കുടുംബത്തിൽ (cocos nucifera, Arecaceae family) പെടുന്നു. തേങ്ങയിൽ അടങ്ങിയിരിക്കുന്ന പോഷക - ഘടകങ്ങളുടെ മൂല്യങ്ങൾ (Coconut nutritional value)

100 ഗ്രാം തേങ്ങയിൽ

കാർബോ ഹൈഡ്രേറ്റ് - 15.33 ഗ്രാം

നാരുകൾ - 90 ഗ്രാം

കൊഴുപ്പ് - 33.43 ഗ്രാം

പ്രോട്ടീനുകൾ - 3.3 ഗ്രാം

കൂടാതെ വിറ്റാമിൻ ബി1, ബി2, ബി3, ബി6, വിറ്റാമിൻ സി, കാൽസ്യം, അയൺ, മഗ്നീഷ്യം, ഫോസ്ഫറസ്, പൊട്ടാസ്യം, സിങ്ക് എന്നിവ അടങ്ങിയിരിക്കുന്നു.

രുചിയെ ഉണ്ടാക്കി ആസ്വാദ്യത (palatability) വർദ്ധിപ്പിക്കുക എന്ന ഗുണം മാത്രമല്ല തേങ്ങപ്പാലിലും തേങ്ങാപ്പീരയിലുമുള്ളത്. അതിൽ മൈക്രോന്യൂട്രിയൻസ് (micronutrients) അടങ്ങിയിരിക്കുന്നതായി കാണാം. ആന്റീ ഓക്സിഡന്റ്സും (antioxidants) ഉണ്ട്. അവസാനം ഇടുന്നത് കൊണ്ട് തിളയ്ക്കുമ്പോൾ ആന്റി ഓക്സിഡന്റ്സ് (anti-oxidants) നശിക്കുമെന്ന ഭയവും വേണ്ട.

മുകളിൽ പറഞ്ഞ വിധി പ്രകാരം അളവുകൾ ചേർക്കാൻ ബുദ്ധിമുട്ട് അനുഭവപ്പെടുന്നതെങ്കിൽ ഉണക്കലരി, പൊടിയരി ഇവയിട്ട് പഞ്ചകോലം മരുന്ന് ഇട്ട് ശർക്കരയോ തേങ്ങപാലോ ഒഴിച്ച് കുക്കറിൽ കഞ്ഞി തയ്യാറാക്കി കഴിക്കാം. അതിനും കഴിഞ്ഞില്ല എന്ന് ഉണ്ടെങ്കിൽ ഉണക്കലരിയും ഉലുവയും ചേർത്ത് കഞ്ഞി വച്ച് തേങ്ങാ ചിരകി ഇട്ട് കഴിക്കാം. ഏതു വീട്ടിലും ഇതു രണ്ടും കാണാതിരിക്കില്ലല്ലോ. കുക്കറിലും കഞ്ഞി പാകപ്പെടുത്താം എന്നുള്ളത് കൊണ്ട് ഇത് പ്രയാസമുള്ള കാര്യമല്ല. മരുന്നുകളുടെ കൂട്ടും നെയ്യും മറ്റ് ചേർത്ത് കഴിക്കുമ്പോൾ ശരീരത്തിന്റെ പചനശക്തി കൂടുകയും ശരീരം സ്നിഗ്ദ്ധമാകുകയും ചെയ്യും. മുൻപ് പറഞ്ഞ സ്നേഹ പ്രയോഗത്തിൽ വിചാരണ എന്ന രീതിയിൽ നെയ്യ് ഉള്ളിൽ ചെല്ലാൻ ഈ രീതി സഹായിക്കും. ഈ നേട്ടങ്ങളൊക്കെ കണക്കിലെടുത്താണ്. കർക്കടക കഞ്ഞികൾ വിഭാവനം ചെയ്യപ്പെട്ടിട്ടുള്ളത്.

യാതൊരുവിധ ചികിത്സകളും നമുക്ക് കർക്കടകത്തിൽ ചെയ്യാൻ സാധിച്ചില്ലെങ്കിലും 28 ദിവസം കർക്കടക കഞ്ഞി കുടിക്കാൻ ശ്രദ്ധിച്ചാൽ നന്നായിരിക്കും. എന്തെന്നാൽ ഇവിടെ ഔഷധക്കൂട്ടായി ഉപയോഗിക്കുന്ന മരുന്നുകൾ ത്രിദോഷങ്ങളുടെ അസന്തുലിതാവസ്ഥ മാറ്റാൻ ഒരു പരിധിവരെ സഹായിക്കുന്നു. ദഹനശക്തി വർദ്ധിപ്പിച്ച് പോഷകതത്വങ്ങളെ ആഗിരണം ചെയ്യാൻ ഒരാളുടെ പചനവ്യവസ്ഥ വ്യൂഹത്തിന് സാധിപ്പിക്കുന്ന തരത്തിലാണ് ഈ കഞ്ഞികൾ പ്രവർത്തിക്കുന്നത്. കഞ്ഞി മാത്രമല്ല കർക്കടക ചികിത്സയെന്നും ഓർക്കേണ്ടതാണ്.

◆

കർക്കടകത്തിൽ ശീലിക്കേണ്ട മറ്റു ചര്യകൾ

ദോഷങ്ങളുടെ വൈകൃതം കൊണ്ടേ രോഗം വരൂ എന്ന് ആയുർവേദം അനുശാസിക്കുന്നുണ്ടെങ്കിലും കൊതുക്, ഈച്ച, എലികൾ എന്നിങ്ങ നെയുള്ള ജീവികൾക്കും രോഗം പകർത്തുന്നതിൽ പങ്കുണ്ടെന്ന് കണ്ടെത്തി ആയുർവേദത്തിൽ നിർദ്ദേശിക്കുന്നുണ്ട്. ഇത്തരം രോഗങ്ങൾ 'ആഗന്തു' രോഗങ്ങളുടെ വിഭാഗത്തിൽ വരുന്നു. വ്യാധിക്ഷമത്വം ഉള്ളവ രിലാണെങ്കിൽ കൊതുക്, ഈച്ച ഇവയാൽ രോഗബാധ ഉണ്ടാ യാൽപ്പോലും ശരീരത്തിന്റെ പ്രതിരോധശേഷി കൊണ്ട് വ്യാധിയെ ജയി ക്കാൻ കഴിയും. എന്നാൽ വ്യാധിക്ഷമത്വം ഉണ്ടെങ്കിൽ പ്പോലും ക്ഷുദ്ര ജീവികളുടെ ദംശനത്തിനോ സമ്പർക്കത്തിനോ ഇടയാകാതെ നോക്കണം എന്ന് ശാസ്ത്രം നിർദേശിക്കുന്നുണ്ട്.

കൊതുകുകൾ 3 തരത്തിലുണ്ട്.

- അനോഫിലിസ്
- കുലുസിനേ
- റ്റോക്സോറൈൻച്ചിറ്റിനേ

അനോഫിലിസ് കൊതുകുകൾ മന്തുരോഗം പരത്തുന്നു. കുലുസിനേ വിഭാഗത്തിൽപ്പെട്ട കൊതുകുകൾ ജാപ്പനീസ് എൻകെഫലൈറ്റിസ് (Japanease encephalitis) പരത്തുന്നതായും ഇതേ ഇനത്തിൽ വരുന്ന ഈഡീസ് (Aedes) കൊതുകുകൾ, ഡെങ്കിപ്പനി (Dengue fever) പര ത്തുന്നതായും കണ്ടുപിടിച്ചിട്ടുണ്ട്.

അനോഫിലിൻ (Anohiline) - ഒഴുക്കു കുറഞ്ഞ ജലം, ചെറുകുളം, ദുഷിച്ച വെള്ളക്കുഴി, മൺപാത്രങ്ങളിലെ ദുഷിച്ച വെള്ളം എന്നിവിടങ്ങ ളിൽ മുട്ടയിടുന്നു.

ഈഡീസ് - ചിരട്ട, ചെടിച്ചെട്ടി, മരപ്പൊത്തുകൾ, നാം അശ്രദ്ധമായി ഇടുന്ന വസ്തുക്കൾ എന്നിങ്ങനെ ചെറിയ വെള്ളത്തിന്റെ ഉറവിടങ്ങളിൽ വളരെയധികം മുട്ടിയിട്ട് പെരുകുന്നു.

എല്ലാ വിഭാഗത്തിലെയും പെൺകൊതുകാണ് രക്തം കുടിക്കുന്നത്. ആൺകൊതുക് സസ്യങ്ങളുടെ നീര്, പഴച്ചാറ് ഇവ കുടിച്ച് കഴിയുന്നു.

കർക്കടകത്തിന് മുൻപ് തന്നെ ഈ കൊതുക് നിവാരണത്തിന് പ്രത്യേക ശ്രദ്ധ നൽകണം. കൊതുകിന്റെ ജീവിതചക്രം മുട്ട, ലാർവ, പ്യൂപ്പ, കൊതുക് എന്നീ നാല് അവസ്ഥയിലൂടെ കടന്നുപോകുന്നു. ഇതിന് 8 – 10 ദിവസം വരെ എടുക്കും. പരിസ്ഥിതിക്ക് ഹാനിയില്ലാത്ത വണ്ണം ജൈവകീടനാശിനി ഉപയോഗിക്കുന്നതായിരിക്കും നല്ലത്. രാസ കീടനാശിനികളെ അതിജീവിക്കാൻ കൊതുക് കരുത്തു കാണിക്കാറുണ്ട്. കർക്കടകത്തിന് മുൻപ് കൊതുക് നിവാരണത്തിൽ ചെയ്യേണ്ട കാര്യങ്ങൾ.

1. പുകയില കഷായം, വേപ്പെണ്ണ ഇവ 5:1 എന്ന അനുപാതത്തിൽ ചേർത്ത് വെള്ളക്കെട്ടുകളിൽ തളിക്കണം.
2. ചന്ദനം, അകിൽ കടുക് ഇവ പൊടിച്ച് നെയ്യിൽ ചാലിച്ചെടുത്ത പലങ്കഷാദി ചൂർണം പുകയ്ക്കുന്നത് കൊതുക് നിവാരണത്തിന് നല്ലതാണ്.
3. വേപ്പില, കറുക, കടുക് ഇവ കനലിലിട്ട് പുകയ്ക്കുക.
4. വേപ്പിലകഷായം, വേപ്പെണ്ണ എന്നിവ 5:1 എന്ന അനുപാതത്തിൽ ചേർക്കുക.

ഭക്ഷണത്തിൽ ശുചിത്വം

മഴ പെയ്ത് വെള്ളത്തിലൂടെയും ഭക്ഷണത്തിലൂടെയും രോഗം പരത്താവുന്ന ജീവാണുക്കളുടെ കാര്യത്തിൽ കർക്കടകത്തിൽ ഏറെ ശ്രദ്ധ വേണം. ഡയറികളിലും, ഇറച്ചി നിർമ്മാണശാലകളിലും ഭക്ഷണ ഫാക്ടറികളിലുമൊക്കെ പരിശോധകരെ നിയമിച്ചിരിക്കുന്നതു ഭക്ഷണത്തിലൂടെ രോഗം പകരരുത് എന്നതിന് ഒരു പ്രതിരോധ നടപടിയായിട്ടാണ്. വിൽപ്പനസ്ഥലത്തിലും, കമ്പോളങ്ങളിലും ശുചിത്വം നിലനിർത്തേണ്ടതുണ്ട്. സൂക്ഷ്മജീവികൾ, ബാക്ടീരിയ (Microbes, bacteria) എന്നിവ വളരാനുള്ള നല്ലൊരു മാധ്യമമാണ് ഭക്ഷണസാധനം. ഭക്ഷണത്തിൽ ശുചിത്വമില്ല എങ്കിൽ പലതരം ജ്വരങ്ങൾ പകരാം.

മഴക്കാലത്ത് പാൽ, പാലുൽപ്പന്നങ്ങൾ, മാംസം, വേവിക്കാതെ കഴിക്കുന്ന ഭക്ഷണസാധനങ്ങൾ എന്നിവ ശുചിത്വക്കുറവുണ്ടെങ്കിൽ രോഗങ്ങളെ ഉണ്ടാക്കും. ഇത് ഉൽപ്പാദനവേളയിലെ അപര്യാപ്തതയോ, പാക്കിങ്ങിന്റെ സമയത്തോ ഏതു ഘട്ടത്തിലും രോഗകാരണമാകുന്ന

ബാക്ടീരിയകൾക്ക് വളരാൻ സാഹചര്യമാകാം. വഴിയരുകിൽ തുറന്നു വച്ച ഭക്ഷണങ്ങൾ കർക്കടകത്തിൽ വർജിക്കണം. കുടിക്കാനുള്ള വെള്ളമാണ് മറ്റൊരു പ്രധാനപ്പെട്ട കാര്യം. സുരക്ഷിതജലം ലഭിക്കാത്ത സ്ഥലങ്ങളിൽ വെള്ളം തിളപ്പിച്ച് മാത്രമേ ഉപയോഗിക്കാവൂ. വ്യക്തിശുചിത്വത്തിനും വീടിന്റെ ശുചിത്വത്തിനും പ്രാധാന്യം നൽകണം. അടുക്കളയിൽ നല്ല പ്രകാശം ലഭിക്കുകയും വെള്ളം തങ്ങി നിൽക്കാതിരിക്കാൻ ശ്രദ്ധിക്കുകയും വേണം. ഫ്രിഡ്ജിലെ ഭക്ഷണം, ടിന്നിലിടച്ച ഭക്ഷണം ഇവ കഴിവതും ഉപേക്ഷിക്കുക. കർക്കടകത്തിലെ ശുചിത്വത്തിന്റെ പ്രാധാന്യം ഒരു കാരണവശാലും കുറച്ച് കാണരുത്.

മാതളം, പഴങ്ങൾ, ചിക്കു, ഈന്തപ്പഴം എന്നിവ മഴക്കാലത്ത് കഴിക്കാം. പഴം വേവിച്ച് കഴിക്കുന്നതാണ് ഉത്തമം. സീസണിൽ സാധാരണ ലഭിക്കുന്ന പഴങ്ങൾ ഏതും മിതമായ രീതിയിൽ കഴിക്കാം. ഭക്ഷണത്തിൽ മാംസാഹാരം കഴിക്കണമെന്ന് നിർബന്ധമുള്ളവർ ആട്ടിൻസൂപ്പ് പഞ്ചകോലം ചേർത്ത് കഴിക്കാം. മാംസവും മീനും ഒഴിവാക്കുന്നതാണ് ഉത്തമം.

കുടിക്കുന്ന വെള്ളത്തിൽ തേൻ ചേർത്ത് കഴിച്ചാൽ അതു കഫകെട്ടിനെയും മറ്റും ചെറുക്കും. തേൻ ഊർജദായകമായതിനാൽ കഴിക്കാം. രോഗം ചെറുക്കാൻ ഉള്ള കഴിവ് തേനിനുണ്ട്. മായമില്ലാത്ത തേൻ ഒരു പാട് അസുഖങ്ങൾക്ക് പ്രതിവിധിയാണ്. ശ്വാസകോശരോഗങ്ങളിൽ കൊടുക്കുന്ന ചൂർണങ്ങളിൽ പലതിലും തേൻ ചേർത്ത് കഴിക്കാൻ നിർദ്ദേശിക്കുന്നുണ്ട്. കൂടാതെ ഇതിലെ മധുരം ക്ഷീണത്തെ അകറ്റുന്നു. ഫ്രക്ടോസ് (Fructose) ആണ് തേനിന്റെ മധുരാംശത്തിന് കാരണം. ഇതിന്റെ ആഗിരണത്തിലെ വ്യത്യാസം കാരണം സാധാരണ മധുരം കഴിക്കുമ്പോൾ രക്തത്തിൽ വർദ്ധിക്കുന്ന ഗ്ലൂക്കോസ്, തേൻ കഴിച്ചാൽ വർദ്ധിക്കില്ല. തേനിൽ anti oxidant ഉം anti bacterial activity യുമുണ്ട്. ബലം കുറഞ്ഞ കർക്കടകത്തിൽ തേൻ കഴിക്കുന്നത് ഒരു ടോണിക്കിന്റെ ഫലം നൽകുന്നു. കൂടാതെ മായം ചേർക്കാത്ത തേൻ തടി കുറയ്ക്കാനും സഹായിക്കുന്നു. മഴക്കാലത്ത് തേൻ മധുരത്തിന്റെ ഭാഗമായി ഉപയോഗിക്കാൻ പറയുന്നതിന് മറ്റൊരു കാരണമുണ്ട്. ഇതിൽ വെള്ളത്തിന്റെ അംശം കുറവായതിനാൽ സൂക്ഷ്മ ജീവികൾക്ക് (Microorganism) തേനിൽ വളരാനാവില്ല. പല ആയുർവേദ മരുന്നുകളിൽ തേൻ ഒരു സംരക്ഷകവസ്തു (preservative) ആയി ഉപയോഗിക്കുന്നു. കഫത്തെ ഛേദിച്ച് പിത്തത്തെ സമീകരിക്കാൻ തേനിന് സാധിക്കും. രാവിലെ പ്രാതൽ മുതൽ ആഹാരം ലഘുവായിരിക്കാൻ ശ്രദ്ധിക്കുക. റവ, ഉപ്പു മാവ്, ആവിയിൽ വേവിച്ച

പലഹാരങ്ങൾ പുട്ട്, ഇടിയപ്പം എന്നിവ മിതമായ അളവിൽ കഴിക്കാം.

പാനീയങ്ങൾ

മല്ലി കാപ്പി ചായക്ക് പകരം ഉപയോഗിക്കാവുന്ന പാനീയമാണ്. കറുവാപട്ട ഉപയോഗിച്ച് പാനീയങ്ങൾ തയ്യാറാക്കാവുന്നതാണ്. Cinnamon tea എന്ന പാനീയം തടി കുറക്കാൻ വ്യാപകമായി ഉപയോഗിക്കുന്നുണ്ട്. നല്ല കൊളസ്ട്രോൾ (HDL) കൂടുകയും ചീത്ത കൊളസ്ട്രോൾ (LDL) കുറക്കുവാനും കഴിയുമെന്ന് കറുവാപട്ട ഉപയോഗിച്ചുള്ള പഠനങ്ങൾ സ്ഥിരീകരിച്ചിട്ടുണ്ട്. ചൂട് വെള്ളത്തിൽ കറുവാപട്ട അങ്ങനെതന്നെ ഇടുകയോ പൊടിച്ച് ഇടുകയോ ചെയ്യുക. 2-3 മിനിട്ടിന് ശേഷം ചായ പൊടി ഇടുക. ചെറുതായി തിളപ്പിച്ച് അരിച്ച് കഴിക്കുക. പാൽ, പഞ്ചസാര എന്നിവ ഉപയോഗിക്കാതിരിക്കുന്നതാണ് നല്ലത്.

കർക്കടകത്തിൽ പഴകിയ വീഞ്ഞും അരിഷ്ടവുമാകാം. നെല്ലിക്ക അരിഷ്ടം രണ്ടു നേരം 30 മില്ലി വീതം മുതിർന്നവരും 5 – 10 മില്ലി. സമം വെള്ളം ചേർത്തും കുട്ടികൾക്കും നൽകാം. നെല്ലിക്കയിൽ ധാരാളം വിറ്റമിൻ 'സി' അടങ്ങിയിരിക്കുന്നു. മഴക്കാലത്ത് നെല്ലിക്കയും ശർക്കരയും ചേർത്ത അരിഷ്ടം നല്ല ഇരുമ്പിന്റെ ഉറവിടമാണ്.

തയ്യാറാക്കേണ്ട വിധി

നെല്ലിക്ക – 1 കിലോ ഗ്രാം

ശർക്കര – 1 കിലോ ഗ്രാം

നെല്ലിക്ക കഴുകി ഉണക്കിയശേഷം ശർക്കര ഏലം ഗ്രാമ്പൂ (പൊടിച്ചത്) ഒരു ഗ്രാം വീതം ചേർത്ത് ഭരണിയിൽ 50 ദിവസം വരെ അടച്ച് വയ്ക്കണം. ഇത് നന്നായി അരിച്ച് കുപ്പിയിൽ സൂക്ഷിക്കുക. ആഹാരത്തിന് ശേഷം 30 മി.ലി. ഉപയോഗിക്കാം. ഇത് ചുമ, കഫകെട്ട് ഇവ വരാതിരിക്കാനും കുട്ടികളിലെ രക്തക്കുറവ് പരിഹരിച്ച് വ്യാധിക്ഷമത്വം ഉണ്ടാക്കുന്നതിനും സഹായിക്കുന്നു.

തുളസി തിളപ്പിച്ച വെള്ളം, ചുക്ക് തിളപ്പിച്ച വെള്ളം, മല്ലി കാപ്പി ഇവ കർക്കടകത്തിൽ ഉപയോഗിക്കാറുണ്ട്.

നെയ്യിൽ വറുത്ത പരിപ്പുചോറ്, മാംസരസം ചേർത്ത് ചോറ്, ഗോതമ്പ്, യവം, മാംസം ചേർത്ത് സൂപ്പ്, ചെറുപയറ് രസം എന്നിവയും കർക്കടകത്തിൽ കഴിക്കാം.

വിഹാരം

ഔഷധപ്പൊടി ദേഹത്ത് തേച്ച് തിരുമ്മണം. ചന്ദനം, അകിൽ, അഷ്ട ഗന്ധം തുടങ്ങിയവകൊണ്ട് പുകയേൽപ്പിച്ച് വസ്ത്രങ്ങൾ ധരിക്കണം. ഇഴജന്തുക്കൾ, കൊതുക്, ഈച്ച, എലി ഇത്യാദികൾ കയറാത്തവണ്ണം വീട് സൂക്ഷിക്കണം. ചാറ്റൽ മഴയേൽക്കുന്നതും വെയിൽ കൊള്ളുന്നതും ഒഴിവാക്കണം.

കർക്കടക ഋതുവിൽ വർജിക്കേണ്ടവ

വാതവർധകമായുള്ളവ

ആറ്റുവെള്ളം കുടിക്കാൻ ഉപയോഗിക്കരുത്. പകലുറങ്ങുന്നത്. കഫം വർദ്ധിച്ച് ചുമ, ശ്വാസംമുട്ട് ഇവയുണ്ടാകാൻ സാധ്യതയുള്ളതിനാൽ ശരീരത്തിന് വലിയ ആയാസം ഉള്ള കാര്യങ്ങൾ ത്യജിക്കണം. ചവർപ്പ, കയപ്പ്, എരിവ് - ഇവയുള്ള ആഹാരം കുറയ്ക്കണം.

പിത്തവർധകമായവ

കടുക്, മുതിര, പടവലം, മത്സ്യം, തൈര്, മദ്യം ഇവ വർജിക്കണം. ഇങ്ങനെ ആഹാരത്തിലും വിഹാരത്തിലും കർക്കടകചര്യ ശീലിക്കേണ്ടതാണ്. മുൻ അദ്ധ്യായങ്ങളിൽ സൂചിപ്പിച്ചതുപോലെ പെരും മഴകാലമായതിനാലും പഞ്ഞ മാസം ആയതിനാലും കല്യാണമോ പാൽകാച്ചോ പുതിയ സംരഭകൾ ആരംഭിക്കുകയോ ഒന്നും കർക്കടക ത്തിൽ ചെയ്യാറില്ല. രാമായണ മാസമായി ആചരിക്കുന്നതിന്റെ ശാസ്ത്രീയത പരിശോധിച്ചാൽ ചില കാര്യങ്ങൾ മനസ്സിലാക്കാം. രാമായണ വായനയ്ക്ക് ഒരാഴ്ച മുൻപ് വീട്ടുക്കാർ വീടും പരിസരവും ശുചിയാക്കും. രാമായണ മാസത്തിൽ സസ്യഹാരം മാത്രമേ കഴിക്കാറുള്ളൂ. പകൽ ഉറങ്ങാൻ പാടില്ല. ഈ നിയമങ്ങളും കർക്കടക ചര്യയും ഏകദേശം ഒന്നുതന്നെയാണ്. അത് പാലിക്കാൻ പ്രചോദിപ്പിക്കലാവും പിന്നീട് രാമായണ മാസമായി കർക്കടകം ഉരുതിരിയാൻ കാരണമായത്. പിതൃക്കളെ സ്മരിക്കുന്ന കർക്കടവാവും ഈ സമയത്ത് തന്നെയാണ് വരുന്നത്. ജീവിതം ആനന്ദകരമാക്കാൻ psychologist കൾ പരാമർശിക്കുന്ന ഉദാത്തമായ കാര്യങ്ങളിലൊന്നാണ് ഉപകാര സ്മരണ. രാവിലെ എഴുന്നേൽക്കുമ്പോൾ നാം ജീവിച്ചിരിക്കുന്നു എന്നതിന് നന്ദിയോടെ സ്മരിക്കുന്നതും ഓരോ കാര്യങ്ങൾക്കും നമ്മെ സഹായിച്ചവരോട് നന്ദിയോടെ പെരുമാറുന്നത് നമ്മുടെ സന്തോഷത്തിന്റെ ആക്കം കൂട്ടുന്നതായി പഠനങ്ങൾ തെളിയിക്കുന്നു.

അങ്ങനെ നോക്കുമ്പോൾ പിതൃക്കളെ നന്ദിയോടെ സ്മരിക്കുന്നത് നമ്മുടെ മാനസിക ആരോഗ്യത്തെ ഉണ്ടാക്കാൻ വിഭാവനം ചെയ്തതാകാം.

ചുരുക്കി പറഞ്ഞാൽ കേരളത്തിൽ കർക്കടകത്തിൽ നിർദ്ദേശിച്ചിരിക്കുന്ന ചര്യകൾ ആരോഗ്യമായ ശരീരവും മനസ്സും ലഭിക്കുന്നതിന് വേണ്ടിയാണെന്ന് മനസ്സിലാക്കാം.

◆

മഴക്കാല രോഗങ്ങളും ആയുർവേദ പ്രതിവിധികളും

മഴക്കാലത്ത് ചെളിവെള്ളത്തിലും കലക്കവെള്ളത്തിലും ധാരാളം കൊതുക് വളരുന്നതാണ് മഴക്കാലരോഗങ്ങൾ വരാനുള്ള ഏറ്റവും പ്രധാന കാരണം. കർക്കടകത്തിന് മുൻപ് തന്നെ വീടും പരിസരവും വൃത്തിയാക്കി കളകളെല്ലാം പറിച്ച് ശുദ്ധിയാക്കണം. ചിരട്ട, പൊട്ടിയ ബക്കറ്റ്, ടയർ എന്നിങ്ങനെ അലക്ഷ്യമായി വീടിന്റെ പരിസരത്ത് കിടക്കുന്ന സാധനങ്ങളിൽ മഴവെള്ളം നിറഞ്ഞ് കൂത്താടി വളരാൻ സാധ്യതയുണ്ട്. അതിനാൽ വെള്ളം കെട്ടി കിടക്കാൻ സാധ്യതയുള്ള എല്ലാ സാധനങ്ങളും പെറുക്കി വൃത്തിയാക്കണം. ഓടകളും മറ്റും നന്നായി കഴുകി കളയണം. ഓടയിലും മറ്റും വെള്ളം കെട്ടിക്കിടക്കാതിരിക്കാൻ പ്രത്യേകം ശ്രദ്ധിക്കണം. വീടിന്റെ ജനാലകളിലും വാതിലുകളിലും കൊതുകുവല കൊണ്ടുള്ള വാതിലുകൾ ഇടുന്നതു നല്ലതാണ്.

കൊതുക് പരത്തുന്ന അസുഖങ്ങൾ വരാതിരിക്കാൻ മൊസ്കിറ്റോറിപ്പെല്ലന്റ് (Mosquito repellent) ഉപയോഗിക്കുക. വൈകുന്നേരങ്ങളിൽ കുന്തിരിക്കം കത്തിക്കുക.

പുറത്ത് പോകുമ്പോൾ മഴ നനയാതിരിക്കാൻ പ്രത്യേകം ശ്രദ്ധിക്കുക. കുട, റെയിൻകോട്ട് ഇവ അവശ്യം കൈയിൽ കരുതുക. പാദരക്ഷ ധരിച്ച് മാത്രമേ പുറത്തിറങ്ങാവൂ. പാദരക്ഷകൾ നനഞ്ഞാൽ അത് കഴുകി തുടച്ച് എടുക്കുക. പുറത്ത് പോയി വരുമ്പോൾ വസ്ത്രത്തിൽ ചെളി പറ്റിയാൽ അത് വൃത്തിയായി കഴുകി ഉണക്കി മാത്രം ഉപയോഗിക്കുക. ഷൂസ് നനഞ്ഞാൽ നന്നായി ഉണക്കിയിട്ട് മാത്രമേ ഉപയോഗിക്കാവൂ. അല്ലാത്ത പക്ഷം ഈർപ്പം നിന്നു പാദങ്ങളിലും വിരലുകളിലും ഫംഗസ് ബാധ വരാൻ സാധ്യതയുണ്ട്. ഈർപ്പമുള്ള അന്തരീക്ഷത്തിൽ ബാക്ടീരിയ വളരെ എളുപ്പത്തിൽ വളരുന്നു. വസ്ത്രങ്ങളുടെ കാര്യത്തിലും ഇത് പ്രത്യേകം ശ്രദ്ധിക്കണം. അലമാരിയിലും മറ്റും അടുക്കി വച്ചിരുന്ന വസ്ത്രങ്ങളിൽ ഈർപ്പം ഉണ്ടെങ്കിൽ പൂപ്പൽ പിടിക്കാൻ സാധ്യതയുണ്ട്. അതിനാൽ വെയിൽ കാണുന്ന പക്ഷം അവയെ പുറത്തിട്ട് ഉണക്കി

അടുക്കി വയ്ക്കണം. മഴക്കാലമായതിനാൽ വിയർക്കുന്നിടത്ത് ധാരാളം ബാക്ടീരിയ വളരാൻ സാധ്യതകളുണ്ട്. 2 നേരം കുളിച്ച് തലമുടി നന്നായി ഉണക്കണം. ഒരു കാരണവശാലും ഈർപ്പമുള്ള വസ്ത്രങ്ങൾ ഉപയോഗിക്കരുത്. അത്തരം വസ്ത്രങ്ങളിൽ ബാക്ടീരിയ വളർന്ന് പലതരം ത്വക് രോഗങ്ങൾ വരാൻ കാരണമാകുന്നു.

നാൽപ്പാമരം, പിണ്ഡതൈലം, ഏലാദി ഇവ തേച്ച് 10 മിനിട്ട് നിന്നിട്ട് കുളിക്കാം. മെഴുക്ക് ഇളക്കാൻ സോപ്പിന് പകരം താളികൾ ഉപയോഗിക്കുന്നതാണ് നല്ലത്. മഞ്ഞൾ, ചന്ദനം, നാൽപാമരം ഇവ അരച്ച് ലേപനം ആകാം. സോപ്പിന് പകരം ചെറുപയറ് പൊടി, കടലപ്പൊടി, വാകപ്പൊടി ഇവയിലേതെങ്കിൽ ഒന്ന് ഉപയോഗിക്കാം. മൃതകോശങ്ങളെ അടർത്തി മാറ്റാൻ ഇത് സഹായിക്കുന്നു.

സ്ഥിരമായി കാച്ചി ഉപയോഗിക്കുന്ന എണ്ണ തേച്ച് കുളിക്കുക, എണ്ണമയം മാറ്റാൻ ചീവയ്ക്കാപൊടി ഉപയോഗിക്കാം. കറുത്ത എള്ള്, ഇരട്ടിമധുരം, ഉണക്ക നെല്ലിക്ക ഇവ അരച്ച് കുഴമ്പ് പരുവമാക്കി തലയിൽ തേച്ച് കുളിക്കുന്നതും നല്ലതാണ്. കുളി കഴിഞ്ഞ് തലമുടി നന്നായി തുവർത്താൻ പ്രത്യേകം ശ്രദ്ധിക്കുക. രാസ്നാദി പൊടി തിരുമ്മാം.

കാല് വിണ്ടുകീറാൻ സാധ്യത ഉള്ളവർ അവധി ദിവസങ്ങളിൽ കാൽ foot scrub ഉപയോഗിച്ച് നന്നായി ഉരയ്ക്കുക. വെളിച്ചെണ്ണ വെള്ളത്തിൽ ചേർത്ത് കുറച്ച് നേരം ഒരു അടച്ച പാത്രത്തിൽ കുലുക്കിയാൽ വെളിച്ചെണ്ണ emulsion തയ്യാറായി വരും. ഇത് കാൽപ്പാദങ്ങളിലും, കാലിലും, കൈയിലും കുളിക്കുന്നതിന് 5 മിനിട്ട് മുൻപ് തേയ്ക്കുക. ശേഷം കുളിക്കുമ്പോൾ കാലുകൾ ഉരച്ചു കഴുകുക. വിള്ളലുകൾ വളരെ കൂടുതലെ

ങ്കിൽ ഡോക്ടറുടെ നിർദ്ദേശപ്രകാരം 'ജീവന്ത്യാദിയമകം' എന്ന മരുന്ന് പുറമേ പുരട്ടാനുപയോഗിക്കാം.

പച്ചക്കറികൾ നന്നായി കഴുകി ഉപയോഗിക്കുക. പാൽ നന്നായി തിളിപ്പിച്ച് മാത്രം ഉപയോഗിക്കുക. പുറത്ത് പോയി ഭക്ഷണം കഴിക്കുമ്പോൾ വൃത്തിക്ക് പ്രാധാന്യം നൽകണം. വീട്ടിലും ഓഫീസിലും എയർ കണ്ടീഷനർ ഉപയോഗിക്കാതിരിക്കുക. മഴയത്ത് എയർ കണ്ടീഷനർ കൂടി ഉപയോഗിച്ചാൽ ശ്വാസകോശരോഗങ്ങൾ വരാനുള്ള സാധ്യത കൂടും./

കൊതുകുജന്യരോഗങ്ങൾ

ഈ സമയത്ത് വിവിധതരം പനികൾ വരാൻ ഏറെ സാധ്യത യുണ്ട്. കൊതുകുനശീകരണമാണ് ഇതിൽ ഏറ്റവും പ്രധാനമായ പ്രതിരോധം. സാധാരണ പനിയാണെങ്കിൽ ഷഡംഗം, കടുത്രയം, അമൃതാദി കഷായം എന്നിവ കഴിക്കാം. ശമനം കണ്ടില്ലെങ്കിൽ രക്തവും മറ്റും പരിശോധിച്ച് വിദഗ്ധ ചികിത്സ ചെയ്യേണ്ടതാണ്.

വൈറൽപ്പനി

വൈറൽ പനിയിൽ തലവേദന, പനി, കുളിര്, ശക്തമായ ശരീരവേദന ഇവ കാണും. ചുമയും തൊണ്ടവേദനയും വരാം. ഇത് പൊതുവേ അപകടകാരിയല്ല. എന്നാൽ പ്രായമായവർ, ശ്വാസരോഗമുള്ളവർ, ഗർഭിണികൾ എന്നിവർ പനി വന്നാൽ പ്രത്യേകം ശ്രദ്ധിക്കേണ്ടതാണ്.

പ്രതിവിധി

തുളസിനീർ ഇടയ്ക്ക് കുടിക്കുക. വില്വാദിഗുളിക, സുദർശന ഗുളിക എന്നിവ ഡോക്ടർ നിശ്ചയിക്കുന്ന അളവിൽ സേവിക്കുക.

പനിയുടെ സ്വഭാവത്തിനനുസരിച്ച് അരിഷ്ടം സേവിക്കുക. അമൃതാരിഷ്ടം, സുരസാരിഷ്ടം എന്നിവയോ അമൃതാദി കഷായമോ ഡോക്ടറുടെ നിർദ്ദേശപ്രകാരം കഴിക്കുക. പനി വന്നാൽ നന്നായി വിശ്രമിക്കുക. പനിയോടുകൂടി വിശ്രമമില്ലാതെ ജോലി ചെയ്യുകയും യാത്ര ചെയ്യുന്നതും ആരോഗ്യപ്രശ്നങ്ങൾക്ക് കാരണമാകും. പനിയുള്ളപ്പോൾ എളുപ്പത്തിൽ ദഹിക്കുന്ന ഭക്ഷണം മാത്രം കഴിക്കുക. പനിയുള്ള വ്യക്തി കഴിവതും ഒരു മുറിയിൽ തന്നെ വിശ്രമിക്കുക. മറ്റ് കുടുംബാംഗങ്ങൾ ശുചിത്വം പാലിക്കുക.

എലിപ്പനി

മഴക്കാലത്ത് കെട്ടി നിൽക്കുന്ന വെള്ളത്തിൽ എലിമൂത്രം കലർന്നാൽ അതിൽ ചവിട്ടുന്ന വ്യക്തിയുടെ ശരീരത്തിൽ പോറലോ മുറിവോ ഉണ്ടെങ്കിൽ സ്പൈറോക്കിസ് എന്ന അണുക്കൾ ശരീരത്തിൽ കയറും. ഈർപ്പമുള്ള സ്ഥലത്ത് നിന്ന് ജോലി ചെയ്യുന്നവർക്ക് എലപ്പനി വരാനുള്ള സാധ്യത വളരെ കൂടുതലാണ്.

പനി, ശരീരവേദന, തലവേദന എന്നീ ലക്ഷണങ്ങളാണ് എലിപ്പനിയുടെ തുടക്കം. തലയുടെ പിൻഭാഗത്ത് നിന്ന് തുടങ്ങി നെറ്റിയിലേക്ക് വ്യാപിക്കുന്ന തലവേദനയാണ് എലിപ്പനിയുടേത്. പ്രധാനമായും തുടയിലേക്കും വയറിന്റേയും പേശികൾക്കുമാണ് വേദനയുണ്ടാകുക.

5-6 ദിവസം കഴിയുമ്പോൾ വിറയലോടു കൂടിയ പനി, ഛർദി, നെഞ്ചുവേദന, മൂത്രത്തിനും കണ്ണിനും നേരിയ ചുവപ്പ് നിറം എന്നിവ കാണും.

8-9 ദിവസം ആകുമ്പോൾ കഠിനമായ തലവേദന, ഇടവിട്ട പനി, കടുത്ത പേശീവേദന, ത്വക്കിൽ ചൊറിച്ചിലോടുകൂടി തടിപ്പ്, മൂത്രത്തിനും കണ്ണിനും നല്ല ചുവപ്പ് നിറം ഇവ കാണും.

എലിപ്പനി തുടർന്ന് നിന്നാൽ വൃക്കയ്ക്ക് തകരാറും കരളിനും പ്രശ്നങ്ങളുണ്ടാകുമ്പോൾ രോഗം മരണകാരിയായി തീരുന്നു. ഒരാഴ്ചയ്ക്കുള്ളിൽ വിദഗ്ധചികിത്സ തേടിയാൽ പനി നിശ്ശേഷം മാറാവുന്നതാണ്.

രോഗം വരാതിരിക്കാനുള്ള മുൻകരുതലുകൾ

വെള്ളക്കെട്ടിൽ പണിയെടുക്കുന്നുവർ അതിന് തക്കവിധമുള്ള സജ്ജീകരണങ്ങളോടുകൂടി പണിയെടുക്കുക. ഗ്ലൗസ്, ബൂട്ട്സ്, മാസ്ക് ഇവ ഉപയോഗിക്കണം. പണിക്കാർ ഇത് നിർബന്ധമായി ഉപയോഗിക്കേണ്ട ആവശ്യകതയെ കുറിച്ച് അവരെ ബോധവാന്മാരാക്കണം.

ശരീരത്തിൽ മുറിവുള്ളവർ, ഉപ്പൂറ്റി വിണ്ടുകീറിയവർ വെള്ളത്തിൽ നിന്ന് പണിയെടുക്കുമ്പോൾ കൂടുതൽ മുൻകരുതൽ എടുക്കണം. ബൂട്ട്സ് ധരിച്ച് മാത്രം വെള്ളക്കെട്ടിൽ ഇറങ്ങുക.

പണിയെടുത്ത് വന്ന ശേഷം ത്രിഫല (കടുക്ക, നെല്ലിക്ക, താന്നിക്ക) ഇട്ട് തിളപ്പിച്ച വെള്ളം ഉപയോഗിച്ച് കുളിക്കുക. മണ്ണിലും പാടത്തും പണിയെടുക്കുന്നവരിൽ ഈ എലിപ്പനിയെ കുറിച്ച് ബോധവൽക്കരണം നൽകുക.

എലി മൂത്രം കലരാൻ ഇടവരുന്ന തരത്തിൽ പാത്രത്തിലും ബക്കറ്റിലും വെള്ളം തുറന്ന് വയ്ക്കരുത്. വെള്ളം എപ്പോഴും മൂടി വയ്ക്കുക.

ഡെങ്കിപ്പനി

ഏഡിസ് വിഭാഗത്തിൽപ്പെട്ട കൊതുകുകളാണ് ഡെങ്കിപ്പനി പടർത്തുന്നത്. പകൽ സമയത്ത് കടിക്കുന്ന ചെറിയതരം കൊതുകുകളാണിവ. സാധാരണ കൊതുക് കടിക്കുമ്പോൾ കാണുന്നതിനേക്കാൾ ശക്തമായ തരിപ്പും വേദനയും ചൊറിച്ചിലും ഏഡിസ് കൊതുകുകൾ കടിക്കുമ്പോൾ അനുഭവപ്പെടും.

ലക്ഷണം

പനിയും ശരീരവേദനയുമാണ് ഡെങ്കിപ്പനിയുടെ ലക്ഷണങ്ങൾ. നട്ടെല്ലിന്റെ ഭാഗത്ത് അതികഠിനമായ വേദന, തലവേദന, കണ്ണിന്റെ പിൻഭാഗത്ത് വേദന (retro bulbar pain), കണ്ണ് ചലിപ്പിക്കുമ്പോൾ വേദന, കഴുത്തിലും നെഞ്ചത്തും ചുവന്ന തടിപ്പുകൾ എന്നിവ കാണും. ഇത് ശരീരത്തിന്റെ പ്ലേറ്റ്ലെറ്റിന്റെ അളവ് ഗണ്യമായി കുറയ്ക്കുന്നു. ലക്ഷണം കണ്ട് സംശയം തോന്നിയാൽ ഉടനടി വിദഗ്ധ ചികിത്സ തേടുക.

ശ്രദ്ധിക്കേണ്ട വസ്തുതകൾ

* വെള്ളം കെട്ടി നിൽക്കാൻ അനുവദിക്കാതിരിക്കുക
* ജോലി സ്ഥലത്ത് പോകുമ്പോഴും മറ്റും ശരീരം മുഴുവനും മറയുന്ന തരത്തിലുള്ള വസ്ത്രധാരണം ശീലമാക്കുക. തോട്ടങ്ങളിലും മറ്റും പണിയെടുക്കുമ്പോൾ ഇത് പ്രത്യേകം ശ്രദ്ധിക്കുക.
* ടെറസ്സിൽ കെട്ടി നിൽക്കുന്ന വെള്ളത്തിലും വീട്ടിലെ പൂപ്പാത്രത്തിലുമെല്ലാം കൊതുകിന്റെ കൂത്താടികൾ ഉണ്ടാകാം. വെള്ളം ഇടയ്ക്കിടയ്ക്ക് മാറ്റുക. അല്ലെങ്കിൽ വെള്ളത്തിൽ വേപ്പെണ്ണ ഒഴിക്കുക.
* കുന്തിരിക്കാം, അപരാജിത ധൂപം ഇവ പുകയ്ക്കുക. വീട്ടിലുള്ളവർ വ്യാധിപ്രതിരോധ ശക്തി വർദ്ധിപ്പിക്കുന്ന മരുന്നുകൾ - ഇന്ദുകാന്തം കഷായം, ഗുളിക, തുളസി നീര് എന്നിവ കഴിക്കുക.
* രോഗിക്ക് ലഘുവായ ഭക്ഷണം മാത്രം നൽകുക.

ജപ്പാൻ ജ്വരം

കൊതുക് പരത്തുന്ന മറ്റൊരുതരം രോഗമാണ് ജപ്പാൻ ജ്വരം. ക്യൂലക്സ് കൊതുകുകളാണ് ഇവ പടർത്തുന്നത്. രോഗാണുക്കൾ ശരീ

രത്തിനുള്ളിൽ കടന്ന് 1-2 ആഴ്ചകൾക്ക് ശേഷം രോഗലക്ഷണം പ്രകട മാകും.

ശക്തമായ പനി, തലവേദന, കടുത്ത ശരീരവേദന, ഛർദ്ദി, ക്ഷീണം ഇവയാണ് തുടക്കലക്ഷണങ്ങൾ, രോഗം ഗുരുതരമായി തലച്ചോറിനെ ബാധിക്കുന്ന അവസരത്തിൽ ബോധക്ഷയം, സ്ഥലകാലബോധം നഷ്ട പ്പെടുക ഇവയുണ്ടാകും. തലച്ചോറിനെ ബാധിക്കുമ്പോഴാണ് (Encephalitis) രോഗം ഗുരുതരമാകുന്നത്.

ശ്രദ്ധിക്കേണ്ടത്

കൊതുക് നിവാരണമാർഗങ്ങൾ നടത്തുക. കെട്ടിക്കിടക്കുന്ന വെള്ള ത്തിൽ കൊതുക് നിവാരണ ലായനി ഒഴിക്കുക.

വീടിന് ചുറ്റുമുള്ള ചപ്പുചവറുകൾ കത്തിച്ചു കളയുക. സെപ്റ്റിക് ടാങ്ക് പരിശോധിച്ച് വിള്ളലും മറ്റുമുണ്ടെങ്കിൽ ഭദ്രമായി സീൽ ചെയ്തു പുറത്തേക്കുള്ള കവാടം വല കൊണ്ടു പൊതിയുക.

ചിക്കൻഗുനിയ

ഡെങ്ക്യുവിനും SARS നും ശേഷം ലോകത്തെയാകെ ഞെട്ടിച്ച ഒരു അസുഖമാണ് ചിക്കുൻ ഗുനിയ.

കാരണം

കെട്ടിക്കിടക്കുന്ന വെള്ളത്തിൽ വളരുന്ന aedes aegypti കൊതുകു കളാണ് രോഗം പരത്തുന്നത്.

കാണുന്ന ലക്ഷണങ്ങൾ

102.2 ഡിഗ്രി ഫാരൻഹീറ്റ് നിൽക്കുന്ന പനി, ശരീരവേദന, സന്ധിക ളിൽ കടുത്ത നീരും വേദനയും, തലവേദന, തൊലിപ്പുറത്ത് ചുവന്ന പാടുകൾ, കണ്ണിന് ചുവപ്പ്, വായ്പ്പുണ്ണ് എന്നീ ലക്ഷണങ്ങൾ കാണുന്നു.

രോഗം വരാതിരിക്കാൻ ശ്രദ്ധിക്കേണ്ടത്

കൊതുക് നിവാരണവും ധൂപനവും

മറ്റ് അസുഖമില്ലാത്തവർ വിരേചനം ചെയ്ത് (വയറിളക്കി) ഔഷധങ്ങൾ സേവിക്കുക. ഇന്ദുകാന്തം, വില്വാദി ഗുളിക, സുദർശനഗു ളിക ഇവ കഴിക്കുക അസുഖം ബാധിച്ചവർ നന്നായി വിശ്രമിച്ച് ഷഡംഗം കഴിച്ച് പനിയ്ക്കും സന്ധികൾക്കുമുള്ള ചികിത്സ ചെയ്യുക. ശരീരം

മൂടുന്ന വിധത്തിലുള്ള വസ്ത്രം ധരിക്കുക. ഒരു കാരണവശാലും യാത്ര അരുത്. പനിക്കു ചെയ്യുന്ന ചികിത്സ തന്നെയെങ്കിലും ചിക്കൻഗുനിയയിൽ ബലം സംരക്ഷിക്കുക എന്ന രീതി കൂടി കണക്കിലെടുത്താണ് ചികിത്സിക്കേണ്ടത്. സംശയം തോന്നുന്ന പക്ഷം ഉടൻ തന്നെ വിദഗ്ധ ചികിത്സ തേടേണ്ടതാണ്.

ടൈഫോയ്ഡ്

മഴക്കാലത്ത് കാണുന്ന മറ്റൊരു അസുഖമാണ് ടൈഫോയ്ഡ്. ടൈഫോയിഡിന്റെ പനി തിരിച്ചറിയാൻ ബുദ്ധിമുട്ടാണ്. ശക്തമായ പനിയും തലവേദനയും ഒരാഴ്ചയിലേറെയായി നിന്നാൽ ടൈഫോയ്ഡ് എന്ന് സംശയിക്കാം. പനിയും തലവേദനയും കൂടാതെ ക്ഷീണം, വിശപ്പില്ലായ്മ, ഛർദി, വയറിളക്കം ഇവ ടൈഫോയ്ഡ് ലക്ഷണമായി കാണാവുന്നതാണ്.

ആഹാരത്തിലൂടെയും വെള്ളത്തിലൂടെയും ശരീരത്തിനുള്ളിൽ കടക്കുന്ന Salmonella typhi എന്ന അണുവാണ് ടൈഫോയ്ഡ് പരത്തുന്നത്. 'Widal test' എന്ന test ആണ് ടൈഫോയ്ഡിന് ചെയ്യേണ്ടത്.

ചികിത്സ

വിഷമജ്വര ചികിത്സയാണ് ടൈഫോയ്ഡ് വരുമ്പോൾ അവലംബിക്കുന്ന ചികിത്സാരീതി. വിദഗ്ധ ചികിത്സയിലൂടെ രോഗത്തിന് പൂർണ ശമനം വരുത്താം. കാലതാമസമില്ലാതെ രോഗിയെ ചികിത്സയ്ക്കെത്തിക്കണം എന്നതാണ് പ്രധാനം.

എടുക്കേണ്ട മുൻകരുതലുകൾ

തിളപ്പിച്ചാറിയ വെള്ളം മാത്രം കുടിക്കുക. ഹോട്ടലിൽ നിന്നും ഭക്ഷണം കഴിക്കുന്നവർ വൃത്തിയുടെ കാര്യം ശ്രദ്ധിക്കുക. റോഡ് അരികിൽ നിന്നും വൃത്തിഹീനമായ രീതിയിൽ തയ്യാർ ചെയ്യുന്ന ആഹാരം തീർത്തും ഒഴിവാക്കുക. പച്ചക്കറിയും പഴങ്ങളും നന്നായി കഴുകി, ഉപ്പ് വെള്ളത്തിൽ ഒരിക്കൽക്കൂടി കഴുകുക.

പലതരം ജലദോഷപ്പനികൾ

കർക്കടകകാലത്ത് പിടിപ്പെടാൻ സാധ്യതയുള്ള മറ്റൊരു രോഗമാണ് പലതരത്തിൽ പിടിപെടുന്ന ജലദോഷപ്പനികൾ. തൊണ്ടവേദന, ശരീരവേദന, ക്ഷീണം, ചിലപ്പോൾ നേരിയ പനി എന്നിവയാണ് ലക്ഷണം.

മൂക്കൊലിപ്പ്, തുമ്മൽ ഇവയും കാണും.

ജലദോഷം അപകടകാരിയല്ലെങ്കിലും penumonia, tonsilitis, Asthma എന്നിവ ഇത്തരം ജലദോഷത്തിന്റെ അനുബന്ധമായി കാണുന്നു. രോഗം കഴിഞ്ഞ് വരുന്ന ഇത്തരം ഉപദ്രവവ്യാധികൾ രോഗിയെ ഏറെ വലയ്ക്കും. അതിനാൽ ജലദോഷം വരുമ്പോൾ വിശ്രമിച്ച് രോഗശമനത്തിനായി യത്നിക്കണം. കടുത്രയം കഷായം, വ്യാഘ്രാദികഷായം, സുരാസാരിഷ്ടം, പലതരം പൊടികൾ എന്നിവ ജലദോഷ ശമനത്തിനായി ഡോക്ടറുടെ നിർദ്ദേശമനുസരിച്ച് കഴിക്കാവുന്നതാണ്.

മുൻകരുതലുകൾ

* കുളി കഴിഞ്ഞ് രാസ്നാദിപ്പൊടി തിരുമ്മുക.
* ജലദോഷം ഉള്ള ആൾ ഉപയോഗിച്ച് തലയിണ, പുതപ്പ്, തൂവാല, തുവർത്ത് ഇവ മറ്റുള്ളവർ ഉപയോഗിക്കാതിരിക്കാൻ ശ്രദ്ധിക്കുക.
* തുമ്മുമ്പോഴും, മൂക്ക് ചീറ്റുമ്പോഴും തൂവാല ഉപയോഗിക്കുക.
* വിറ്റാമിൻ സി അടങ്ങിയ ഭക്ഷണം - നെല്ലിക്ക മുതലായവ കഴിക്കുക.

ത്വക്‌രോഗങ്ങൾ

ഈർപ്പം തങ്ങി നിൽക്കുന്ന സ്ഥലത്ത് ത്വക് രോഗങ്ങൾ വരാൻ സാധ്യതയുണ്ട്. കുളിച്ച് കഴിഞ്ഞ് വസ്ത്രങ്ങൾ വൃത്തിയായി കഴുകി ഉണക്കിയിടണം. നാൽപ്പാമരത്തോല് തിളപ്പിച്ച വെള്ളം കുളിക്കാനെടുക്കുക. നിറവ്യത്യാസം / ചൊറിച്ചിൽ ഇവ ഉണ്ടെങ്കിൽ ഡോക്ടറെ കണ്ട് ചികിത്സ തേടണം. ചികിത്സയിൽ ത്വക്‌രോഗങ്ങളിൽ ശോധനത്തിനാണ് പ്രാധാന്യം. അവിപത്തി ചൂർണം കൊണ്ടോ പടോലകടുരോഹിണ്യാദി കൊണ്ടോ വിരേചിപ്പിച്ച് (വൈദ്യനിർദ്ദേശത്തിൽ മാത്രം ചെയ്യുക) ശമനത്തിനായി പടോലാദികഷായം, ഗുഡൂച്യാദി കഷായം എന്നിവ ഉള്ളിൽ സേവിച്ച് ത്രിഫല കൊണ്ടോ, വേപ്പിൻ പട്ട കൊണ്ടോ ത്വക്‌രോഗം ബാധിച്ച ഇടം കഴുകണം. ഈർപ്പം ഉണക്കി യുക്തമായ മരുന്നുപൊടിയോ, ത്വക്‌രോഗഹരമായ എണ്ണയോ അവസ്ഥാനുസാരേണ ഉപയോഗിക്കുക.

മുൻകരുതലുകൾ

വസ്ത്രം ഉണക്കി തന്നെ ഉപയോഗിക്കുക. സ്ത്രീകൾ കുളിച്ചിട്ട് തല മുടി നിവർത്തി നന്നായി ഉണക്കിയിട്ട് മാത്രം കെട്ടിവയ്ക്കുക.

നടുവേദന

മഴക്കാലത്ത് സ്ത്രീ പുരുഷഭേദമെന്യേ ഏവരും പറയുന്ന ഒരു ആവ ലാതിയാണ് നടുവേദന. പണ്ടുള്ളതിനെ അപേക്ഷിച്ച് ഇന്ന് ഈ അസുഖം പറയുന്നവരുടെ എണ്ണം ഗണ്യമായി വർധിച്ചിട്ടുണ്ട്. ഇന്നത്തെ ജീവിത രീതിയും ആഹാരക്രമവും ദിനചര്യാനിയമങ്ങളും എല്ലാം തന്നെ സമാ ന്യേന പഴയതിൽ നിന്ന് വളരെ അകന്നിരിക്കുന്നു. കാലാവസ്ഥ പൊടു ന്നനെ മാറുമ്പോൾ നടുവേദന ഒരസ്വസ്ഥതയായി കാണപ്പെടുന്നു. ആഹാ രക്രമത്തിന്റെ മാറ്റങ്ങളും മലം, മൂത്രം എന്നിവ തടുക്കുന്നതും വായു വിന്റെ ഒരു ഭേദമായ അപാനവായു വൈഗുണ്യത്തെ ഉണ്ടാക്കും. വാത ത്തിന്റെ ഈ വിലക്കമാണ് നടുവേദനയ്ക്ക് കാരണമാകുന്നത്. അപാന വായുവിന്റെ സ്വാഭാവികമായ ഗതി താഴോട്ടാണ്. എന്നാൽ ആഹാര ത്തിന്റെ വൈഗുണ്യം, ചര്യയുടെ മാറ്റവും ഈ വായുവിന്റെ സ്വാഭാവിക ഗതിക്ക് പ്രശ്നങ്ങളുണ്ടാക്കുന്നു. മലശോധനവും ഒരു പ്രധാനകാരണം തന്നെയാണ്. അപ്പോൾ വായു സഞ്ചരിച്ച് മറ്റ് ദോഷങ്ങളുടെ കർമ ങ്ങൾക്കും വിഘാതമാകുന്നു. പിത്തകഫ ദുഷ്ടി സംഭവിച്ചാൽ കശേരു കൾക്ക് നീർകെട്ടും നേരിയ ചൂടും അനുഭവപ്പെടാം. നട്ടെല്ലിന്റെ ഉള്ളി ലൂടെ രണ്ടു കാലിലേക്കും ഒരുപോലെ പോകുന്ന രണ്ടു ഞരമ്പുകളു ണ്ട്. അതിന് Sciatic nerve എന്നാണ് പറയപ്പെടുന്നത്. മേൽപറഞ്ഞ ഞരമ്പിന്റെ അസ്വസ്ഥതയിലും നടുവേദന കാണപ്പെടാറുണ്ട്. ഭാരമുള്ള സാധനങ്ങൾ സ്ഥിരമായി ശിരസ്സിലേറ്റുന്നവർ, പടിയിറങ്ങുമ്പോൾ ഒരു പടി വിട്ട് ഇറങ്ങുക, കുത്തനെ ഇരിക്കുന്ന സ്ഥിതിയിൽ വീഴുക ഇതെല്ലാം നടുവേദനയ്ക്ക് കാരണമായി കാണാറുണ്ട്. ജിമ്മിലും മറ്റും പോയി ചെയ്യുന്ന അമിത വ്യായാമം അല്ലെങ്കിൽ വ്യായാമം തീരെ ചെയ്യാതിരി ക്കുക ഇരുചക്രവാഹനങ്ങളുടെ അമിതമായ ഉപയോഗം, അവിചാരിത മായി ഇരുചക്രവാഹനം കുഴിയിൽ ചാടുക തുടങ്ങിയവ നടുവേദനയ്ക്ക് കാരണമായി കാണുന്നു. Disc prolapse മറ്റും ഉള്ളവർ യുക്തമായ ബാൻഡേജ് മറ്റും ചെയ്ത് വിദഗ്ദ്ധ ചികിത്സ തേടേണ്ടതാണ്. നടുവേദന യിൽ ശോധന ചികിത്സയും ശമനചികിത്സയും യുക്തമായ രീതിയിൽ വൈദ്യന്മാർ നടത്തിവരുന്നു.

നടുവേദനയ്ക്ക് സ്വേദപ്രയോഗങ്ങൾ വളരെ ആശ്വാസം നൽകും

'അവഹാഗം' വളരെ അനുയോജ്യമായ സ്നേഹ പ്രയോഗമാണ്. പ്രത്യേക ഔഷധങ്ങൾ കൊണ്ട് വെള്ളം തിളപ്പിച്ച് ആ വെള്ളത്തിൽ രോഗിയെ ഇറക്കി ഇരുത്തുന്ന രീതിയാണ് അവഗാഹം. കഫാനുബന്ധ മായി നീര് കാണുന്നുവെങ്കിൽ നടുവിന് ചൂർണങ്ങൾ കുഴമ്പ് പരുവ മാക്കി തേച്ച് വിശ്രമിക്കാവുന്നതാണ്. തവിടും, ഉപ്പും കൂടി കിഴി കെട്ടി ചൂടാക്കി പിടിക്കാം. എണ്ണയിടുന്നത് വൈദ്യനിർദേശം കിട്ടിയിട്ടേ ആകാവൂ. ഇലക്കിഴിയും ഫലപ്രദമായി ശമനം നൽകുന്നു. തൈലം പ്രയോഗിക്കാം എന്ന് കണ്ടാൽ ദോഷപ്രകൃതിയും ദേഹപ്രകൃതിയും തിരിച്ചറിഞ്ഞ് ഡോക്ടർ തന്നെ തൈലം നിർദ്ദേശിക്കാറുണ്ട്. എന്നാൽ നേരത്തെ പലയിടങ്ങളിൽ സൂചിപ്പിച്ചതുപോലെ പലപ്പോഴും സ്വേദപ്രയോഗങ്ങളിൽ ചികിത്സ ഒതുക്കുന്ന ഒരു പ്രവണത കണ്ടു വരുന്നുണ്ട്.

ശോധനപ്രയോഗങ്ങൾ രോഗിക്ക് പലതരത്തിൽ കഷ്ടത നൽകാറുണ്ട്. ഒരു എണ്ണത്തോണിയിൽ സുഖമായി തൈലം വീഴ്ത്തി തിരുമ്മുന്നതിന്റെ സുഖം ഒരിക്കലും ഛർദിപ്പിക്കുമ്പോഴോ വയറിളക്കുമ്പോഴോ ലഭിക്കുന്നില്ല. അതുകൊണ്ട് പലപ്പോഴും ശോധന നിർദ്ദേശിക്കുമ്പോൾ രോഗി ഡോക്ടറോട് പിഴിച്ചിൽ എന്ന് നടത്തും എന്ന് മറുചോദ്യം ചോദിച്ച് കാണാറുണ്ട്. ശോധന ചികിത്സയിൽ അപാന വായു വൈഗുണ്യമുള്ളതിനാൽ വസ്തിയും, വിരേചനവും ഫലപ്രദം തന്നെ. വസ്തിയുടെ കഷ്ടപ്പാട് ഓർത്തും വിരേചനത്തിന്റെ ഫലപ്രദമായ ഗുണം ഓർത്തും പലപ്പോഴും വിരേചനമാണ് തിരഞ്ഞെടുക്കാറുള്ളത്. അതിൽ ഏറ്റവും ഫലപ്രദമായി കണ്ടുവരുന്നത് കരിനൊച്ചി ഇടിച്ച് പിഴിഞ്ഞ് നീര് ആവണക്കെണ്ണ ചേർത്ത് കഴിക്കുക എന്നതാണ്. വിരേചനം കഴിഞ്ഞാൽ സഹചരാദി കഷായം, രാസ്നാദി കഷായം എന്നിവ ഫലപ്രദമായി ഉപയോഗിച്ചു കാണാറുണ്ട്. അർശസിലും മറ്റും ഉപയോഗിക്കുന്ന അധോവാതരോഗം ഫലപ്രദമായി മാറ്റാൻ സഹായിക്കുന്ന ആസവാരിഷ്ടങ്ങളും ഉപയോഗിക്കാറുണ്ട്. ആവശ്യമെന്ന ഘട്ടത്തിൽ പിഴിച്ചിൽ, ഞവരക്കിഴി എന്നിവ ഡോക്ടറുടെ മേൽനോട്ടത്തിൽ ചെയ്യാറുണ്ട്. പഞ്ചകർമ്മത്തിൽ പ്രധാനിയായ വസ്തി ചികിത്സയും ഫലപ്രദമായി നടുവേദന അകറ്റാൻ ചെയ്തു വരാറുണ്ട്. നടുവേദനയുള്ളവർക്ക് കർക്കടകത്തിൽ മേൽപ്പറഞ്ഞ ചികിത്സയെല്ലാം ഡോക്ടറുടെ നിർദ്ദേശപ്രകാരം സ്വീകരിക്കാവുന്നതാണ്.

മഴക്കാലത്ത് ഉണ്ടാകുന്ന സന്ധിവേദന

വാതം വർദ്ധിക്കുന്നതിനാൽ ശരീരത്തിൽ വേദന ഇളകുന്ന സമയമാണ് മഴക്കാലം. സന്ധികൾതോറും വേദന, മുട്ടുവേദന, തോൾ വേദന ഇവ മഴക്കാലത്ത് ഉണ്ടാകാറുണ്ട്.

വ്യായാമരാഹിത്യവും വ്യായാമക്കൂടുതലും സന്ധികൾക്ക് വേദന ഉണ്ടാക്കും. സന്ധിവേദനയുള്ളവരിൽ സന്ധികൾക്ക് പലവിധ അസുഖങ്ങളായ ഓസ്റ്റിയോ ആർത്രൈറ്റിസ്, റുമാറ്റോയ്ഡ് ആർത്രറൈറ്റിസ് എന്നിങ്ങനെ ഏതെങ്കിലുമാണോ എന്ന് ആദ്യം തിരിച്ചറിയണം. ശരീരത്തിന്റെ ഭാരം, ജോലിയുടെ പ്രത്യേകതകൾ (കൂടുതൽ നിൽക്കുന്ന ജോലിയുള്ളവർ, ശീതീകരിച്ച മുറികളിൽ ജോലിയെടുക്കുന്നവർ, സന്ധിവേദനയുള്ളവർ പഞ്ചകർമ്മങ്ങളിൽ വസ്തി, വിരേചനം എന്നിവയിലേതെങ്കിലും സൗകര്യം പോലെ ചെയ്യണം. പൂർവകർമ്മമായ സ്വേദചികിത്സ സന്ധിരോഗങ്ങളിൽ പ്രധാനചികിത്സ എന്ന രീതിയിൽ തന്നെ ചെയ്യുന്നു. ഉദ്വർത്തനത്തിൽ തുടങ്ങി പൊടി കിഴി, ഇലക്കിഴി എന്നിവയിൽ യുക്തമായത് ഏതും തെരഞ്ഞെടുത്തു ചെയ്യാം. രസ്നാസപ്തകം, രാസ്നേരണ്ഡാദി, സഹചരാദി, അഷ്ടവർഗം എന്നിങ്ങനെയുള്ള കഷായങ്ങൾ ഡോക്ടർ നിർദ്ദേശിക്കുന്നതനുസരിച്ച് കഴിക്കാവുന്നതാണ്. കതകിന്റെ വിജാഗിരികൾ കുറേനാൾ പ്രവർത്തിച്ച് ചിലപ്പോൾ പണിമുടക്കുമ്പോൾ നാം അതിൽ എണ്ണയും മറ്റും ഇട്ട് കൊടുക്കുന്നതുപോലെ ശരീരത്തിലെ സന്ധികൾ 'പണിമുടക്കി' തുടങ്ങുമ്പോൾ എണ്ണതേപ്പ്, വിയർപ്പിക്കൽ, ശോധന എന്നിവ ചെയ്ത് അവയെ പ്രവർത്തനക്ഷമമാക്കണം.

മഴക്കാലത്ത് ഉണ്ടാകുന്ന നേത്രരോഗങ്ങൾ

ആയുർവേദ പ്രകാരം കണ്ണ് അഗ്നി പ്രധാനമായ ഒരവയവമാണ്. അതിനാൽ അഗ്നിക്ക് വിരുദ്ധമായ വെള്ളം/കഫം എന്ന തത്വം കണ്ണിന് എപ്പോഴും ഭീഷണിയായി നിൽക്കുന്നു. മഴക്കാലത്തെ അന്തരീക്ഷത്തിലെ ശീതവും അന്തരീക്ഷത്തിന്റെ അമ്ലതയും രണ്ടും കണ്ണിന് അസുഖങ്ങളുണ്ടാക്കാനുള്ള സാധ്യത കൂട്ടുന്നു.

സാധാരണയായി കണ്ണിന് ചുവപ്പ്, ചൊറിച്ചിൽ, പൊടി കിടക്കുന്നപോലെ തോന്നൽ ഇവ ഉണ്ടായി കാണാറുണ്ട്. അവിപത്തി ചൂർണം കൊണ്ട് വിരേചനം ചെയ്ത് ത്രിഫലകൊണ്ട് കണ്ണ് കഴുകുക.

തുടർന്നും അസ്വസ്ഥതകൾ കണ്ടാൽ വിദഗ്ധ ചികിത്സ ചെയ്യണം. കണ്ണിലൊഴിക്കുന്ന തുള്ളിമരുന്നുകൾ, പാശുപതവർത്തി, ജാതിമുകുളാദിവർത്തി എന്നിവ പനിനീരിലോ മുലപ്പാലിലോ ചേർത്ത് അരിച്ച് കണ്ണിലൊഴിക്കാവുന്നതാണ്.

നേത്രരോഗം വരാതിരിക്കാൻ ശ്രദ്ധിക്കാൻ

* അവിപത്തി ചൂർണം അഞ്ച് ഗ്രാം രാത്രിയിൽ സേവിക്കുക.

* ത്രിഫലാകഷായം വച്ച് കണ്ട് രണ്ട് നേരം കഴുകുക.
* കണ്ണിന് ഹിതകരമല്ലാത്ത പൊടി ഏൽക്കുക, പുക ഏൽക്കുക ഇത്തരം കാര്യങ്ങൾ ചെയ്യാതിരിക്കുക.

പ്രളയബാധയ്ക്ക് ശേഷം കേരളത്തിൽ മഴക്കാലം എത്തിയാൽ ആധി തുടങ്ങുകയായി. ഇന്ന് മഴക്കാലങ്ങളിൽ പടരുന്ന പകർച്ചവ്യാധികളാൽ രോഗികളുടെ എണ്ണത്തിൽ വർധനവ് ഉണ്ടാകുന്നതായി കണക്കുകൾ സൂചിപ്പിക്കുന്നു. കുട്ടിക്കാലം മുതൽ വൃത്തിയും, വ്യക്തി ശുചിത്വവും ഒക്കെ നമ്മൾ പഠിക്കുന്നുണ്ട്. എന്നാൽ പലതും പ്രാവർത്തികമാക്കാൻ നമുക്ക് കഴിയാറില്ല. അതിനാൽ രോഗം വന്നിട്ട് ആശുപത്രിയിൽ പോകുന്നതിലും എത്രയോ ഭേദം മുൻകരുതലുകളും ആയുർവ്വേദത്തിലൂടെ ഉള്ള ആരോഗ്യസംരക്ഷത്തിലുമാണ്.

◆

അനുബന്ധം

അറിവും പാണ്ഡിത്യവുമുള്ള ഭിഷ്യഗ്വരൻമാർ നിരീക്ഷണ പരീക്ഷണങ്ങൾക്ക് ശേഷം ആയുർവേദത്തിൽ പറഞ്ഞ ചര്യകളെ കേരളത്തിന്റെ കാലാവസ്ഥയ്ക്കും ഭൂപ്രകൃതിക്കും അനുസൃതമായി തയ്യാറാക്കിയ രീതിയാണ് കർക്കിടക ചര്യ.

കർക്കടക ചികിത്സ എത്ര നാൾ ചെയ്യണം എന്ന സംശയം ഉണ്ടാകാം. മുൻ അദ്ധ്യായങ്ങളിൽ പറഞ്ഞ നെയ്യ് സേവിക്കൽ, കിഴി പിടിക്കുക, വസ്തിയോ വിരേചനമോ ചെയ്യുക എന്നിവ എല്ലാ ചെയ്യണമെങ്കിൽ 28 ദിവസം എടുക്കാറുണ്ട്. എന്നാൽ, 7, 14, 21, 28 ദിവസങ്ങളിലായി രോഗത്തിന്റെ കാഠിന്യമോ, രോഗിയുടെ പ്രതിരോധ ശക്തിക്കോ അനുസരിച്ച് ചികിത്സ ക്രമപ്പെടുത്താവുന്നതാണ്. ആശുപത്രിയിൽ പോയി ചികിത്സ ചെയ്യാൻ ബുദ്ധിമുട്ട് ഉണ്ടെങ്കിൽ വീട്ടിൽ കർക്കടക കഞ്ഞി നെയ്യ് ചേർത്ത് 7, 14, 21, 28 എന്നീ ക്രമത്തിൽ കഴിച്ച് ഒന്ന് വയറിളക്കുന്നത് നന്നാകും.

കർക്കടകത്തിൽ കൂൺപോലെ മുളച്ച് പൊങ്ങുന്ന വ്യാജ സ്ഥാപനങ്ങൾ കർക്കടക ചികിത്സ എന്ന പേരിൽ വൻ തട്ടിപ്പ് നടത്തുന്നു. കർക്കടചികിത്സയോ ആയുർവ്വേദത്തെയോ അറിയില്ലാത്തവർ ഇവരുടെ പിടിയിൽ അകപ്പെടാനുള്ള സാധ്യതയുമുണ്ട്. വിദഗ്ദ്ധമായ ചികിത്സകരുടെ മേൽനോട്ടത്തിൽ മാത്രമേ അളവിൽ കൂടിയ നെയ്യ് കുടിക്കലും, സ്വേദിപ്പിക്കലുമൊക്കെ ആകാവൂ. അതല്ലാതെ കർക്കടക ചികിത്സ എന്നാൽ ഉഴിച്ചിലും പിഴിച്ചിലും മാത്രമാണെന്ന് തെറ്റിദ്ധാരണ മാറണം. കർക്കടകത്തിൽ മാത്രമല്ല ഓരോ ഋതുവിലും അതാത് ഋതുവിന് പറയപ്പെട്ടിട്ടുള്ള ചര്യ മനസ്സിലാക്കി അതിനനുസരിച്ചാണ് ജീവിക്കേണ്ടത്. കേവലം കർക്കടക ചികിത്സ ചെയ്തു അതിനാൽ ഈ വർഷം ഇനി എന്തു രീതിയിലും ജീവിക്കാം എന്നും വിചാരിക്കുന്നതും തെറ്റാണ്.

കുട്ടികൾക്ക് അസുഖമൊന്നുമില്ലെങ്കിൽ കർക്കടക ചികിത്സയുടെ ആവശ്യമില്ല എന്നാൽ ആഹാരപചനശക്തിയെ വർദ്ധിപ്പിക്കുന്ന മരുന്നുപൊടികൾ ചേർത്ത് വച്ച് കഞ്ഞി അല്പം നെയ്യും ചേർത്ത് കഴിക്കുന്നത് ബലം വർദ്ധിക്കാനും പചനശക്തി കൂട്ടാനും സഹായിക്കും. കഞ്ഞി

യിൽ ജീരകം, ചുക്ക് ഇവ പൊടിച്ച് ചേർത്ത് തേങ്ങപാലും ചേർത്ത് 7 ദിവസം നൽകിയാലും മതിയാകും.

ഗർഭിണികൾക്ക് ഗർഭിണിചര്യ വിശദമായി ആയുർവേദത്തിൽ പറയുന്നുണ്ട്. അവർക്ക് പ്രത്യേകം കർക്കടക ചികിത്സയുടെ ആവശ്യമില്ല. ഗർഭിണിചര്യ ഒരു വിദഗ്ദ്ധ ഡോക്ടറുടെ മേൽനോട്ടത്തിൽ ചെയ്താൽ മതിയാകും.

ചികിത്സാ എന്ന രീതിക്കുപരി ഇന്ന് കർക്കടക ചികിത്സാ യൗവനം നിലനിർത്തുവാൻ ഉള്ള ഒരു ചികിത്സാ പദ്ധതിയായി കഴിഞ്ഞു. പഞ്ചകർമ്മ ചികിത്സ എല്ലാം തന്നെ ത്വക്കിന്റെ ആരോഗ്യവും ഭംഗിയും കൂട്ടാൻ സഹായിക്കുന്നു. കൂടാതെ ഹോർമോൺ വ്യതിയാനങ്ങൾ മാറ്റിയെടുക്കാൻ സാധിക്കുന്നതും കർക്കടക ചികിത്സക്ക് പ്രചാരം ഉണ്ടാക്കിയെടുക്കാൻ സാധിച്ചു.

◆

ഔഷധസസ്യങ്ങളുടെ ശാസ്ത്രീയനാമം

1. അകിൽ - Aquilaria agallocha
2. അയമോദകം - Trachyspermum roxburghianum
3. അരി - Oryza sativa
4. ആര്യവേപ്പില - Azadirachta indica
5. ആവണക്കില - Ricinus communis
6. ആശാളി - Lepidium sativum
7. ആനത്തൂവ - Laportea interrupta
8. ഇലവങ്ഗം - Cinnamomum verum
9. ഇന്തുപ്പ് - Rock salt
10. ഉങ്ങ് - Pongamia pinnata
11. ഉലുവ - Trigonella foenum
12. ഉഴിഞ്ഞ - Cardiospermum halica cabum
13. ഉഴുന്ന് - Vigna mungo
14. എരുക്കില - Calotropis gigantea
15. എള്ള് - Sesamum indicum
16. ഏലത്തരി - Elettaria cardamomum
17. ഓരില - Desmodium gangeticum
18. കടുക് - Brassica juncea
19. കയ്യോന്നി - Eclipta prostrata
20. കരിഞ്ചീരകം - Nigella sativa
21. കറുക - Cynodon dactylon
22. കറ്റാർവാഴ - Aloe barbadensis

23. കരിനൊച്ചി - Vitex negando
24. കാർകോകിലരി - Psoralea corylifolia
25. കാട്ടുതിപ്പലി - Piper longum
26. കാട്ടുമുളകിൻ വേര് - Piper brachy stachyum
27. കുമ്പളം - Benincasa hispida
28. കുറുന്തോട്ടി - Sida retusa
29. കുരുമുളക് - Piper nigrum
30. കുടുകപ്പാലയരി - Holarrhena antedysentrica
31. കൊട്ടം - Saussurea lappa
32. കൊടുവേലി - Plumbago Indica
33. ഗ്രാമ്പു - Syzygium aromaticam
34. ചന്ദനം - Sanlatum album
35 ചുക്ക് - Zingiber officinale
36. ചെറുപുന്നയരി - Cleastrus paniculatus
37. ചെറുചീര - Amaranthus spinosus
38. ചെറൂള - Aerva lanata
39. ചെറുനാരകം - Citrus limon
40. ചേന - Amorphophallus paeonifolius
41. ചേമ്പിൻതണ്ട് - Colocasia esculenta
42. ജാതിക്ക - Myristica fragrans
43. ജീരകം - Cuminum cyminum
44. തകര - Cassia tora
45. തക്കോലം - Illicium verum
46. തഴുതാമ - Boerhavia deffusa
47. തിരുതാളി - Ipomoea sepiaria

48. ധാന്യകം (കൊത്തമല്ലി) - Coriandrum sativum
49. നവര നെല്ല് - Oryza sativa
50. നറുനീണ്ടി - Heliotropium indicam
51. നാഗപ്പൂവ് - Mesua hagassanium
52. നിലപ്പന - Curculigo orchioides gaerts
53. നീർമാതളത്തില - Crateva nurvala
54. നെയ്യുണ്ണി - Diplocyclos palmatus
55. നെല്ലി - Emblica officinalis
56. പച്ചമഞ്ഞൾ - Curcuma longa
57. പച്ചില - Cinnamomum tamala
58. പനിക്കൂർക്കില - Plectranthus amboinicus
59. പയർ - Vigna unguicalata
60. പുത്തിരിച്ചുണ്ട - Solanum anguivi
61. പുളി - Tamarindus indica
62. പൂവ്വാം കുറുന്തില - Vernonia cinerca
63. പെരുംജീരകം - Foemiculam vulgare Mill
64. മഞ്ഞൾ - Cunuma longa
65. മത്തൻ - Cucurbita maxima
66. മല്ലി - Coriandrum sativum
67. മുക്കുറ്റി - Biophytum sensitivum
68. മുതിര - Macrolyloma uniflorum
69. മുയൽച്ചെവി - Emilia sonchifolia
70. മൂവ്വില - Pseudarthria viscida
71. മുരിങ്ങ - Moringa oleifera
72. യവം - Hordeum vulgare

73. ലന്ത - Ziziphus mauritiana
74. വയമ്പ് - Acorus calamus
75. വരട്ട് മഞ്ഞൾ - Curcuma longa
76. വാതംകൊല്ലി - Justicia gendarussa
77. വിഷ്ണുക്രാന്തി - Evolvulus alsinoides
78. വിഴാലരി - Embelia ribes
79. വേപ്പ് - Azadirachta indica
80. ശതകുപ്പ - Anethum graveolens

നാല്പാമരം

അത്തി - Ficus glomerata
ഇത്തി - Ficus gibosa
അരയാൽ - Ficus religiosa
പേരാൽ - Ficus bengalensis

പഞ്ചകോലം

തിപ്പലി - Piper longum
തിപ്പലി വേര് - Piper longum
കാട്ടുമുളക് - Piper brachystachyum
കൊടുവേലി - Plumbago indica
ചുക്ക് - Zingiber officinale

ത്രിഫല

കടുക്ക - Terminalia chebula
നെല്ലിക്ക - Phyllanthus emblica
താന്നിക്ക - Terminalia bellirica

ത്രികടു

ചുക്ക്	-	Zingiber officinale
കുരുമുളക്	-	Piper nigrum
തിപ്പലി	-	Piper longum

ദശമൂലം

കൂവളം	-	Aegle marmelos
മുഞ്ഞ	-	Premna corymbosa
പലകപയ്യാനി	-	Oroxylum indicum
പാതിരി	-	Stereospermum colais
കുമിഴ്	-	Gmelina arborea
ഞെരിഞ്ഞിൽ	-	Tribulus terrestris
ഓരില	-	Desmodium gangeticum
മൂവില	-	Pseudarthria viscida
വെൺവഴുതിന	-	Solanum melongena
ചെറുവഴുതിന	-	Solanum anguivi

ദശപുഷ്പം

തിരുതാളി	-	Ipomoea sepiaria
പൂവാങ്കറുന്നൽ	-	Vernonia cinerea
മുക്കുറ്റി	-	Biophytum sensitivum
നിലപ്പന	-	Curcaligo orchioides
കയ്യോന്നി	-	Eclipta prostrata
മുയൽചെവിയൻ	-	Emilia sonchifolia
കറുക	-	Cynodon dactylon
ഉഴിഞ്ഞ	-	Cardio spermum halicacabum
വിഷ്ണുക്രാന്തി	-	Evolvulus alsinoides
ചെറൂള	-	Aerva lanata

*****

www.ingramcontent.com/pod-product-compliance
Lightning Source LLC
LaVergne TN
LVHW090419051026
849518LV00006B/2379